요리로 배우는
베트남어

요리로 배우는

베트남어

초판 1쇄 발행 2023년 10월 31일

지은이 이현정·응우옌 티 하잉 중

펴낸곳 서울대학교출판문화원
주소 08826 서울 관악구 관악로 1
도서주문 02-889-4424, 02-880-7995
홈페이지 www.snupress.com
페이스북 @snupress1947
인스타그램 @snupress
이메일 snubook@snu.ac.kr
출판등록 제15-3호

ISBN 978-89-521-3095-2 03790

요리로 배우는 베트남어

이현정 · 응우옌 티 하잉 중 지음

서울대학교출판문화원

| 머리말 |

국내 사업체들의 지속적인 베트남 진출과 함께 학술 분야를 넘어 문화, 예술 등 다양한 분야에서 민간 교류가 활성화됨에 따라 베트남어에 대한 관심도 높아지고 있습니다. 이러한 관심은 시중에 출판된 다수의 베트남어 교재를 통해서도 확인할 수 있습니다. 그러나 그중 대부분은 초급 교재이고, 중급 교재는 수적으로도 적을 뿐 아니라 베트남어 전공자를 대상으로 한 것이어서 심화 학습을 원하는 일반 학습자들이나 아시아언어문명학부 동남아시아 언어문명전공 학생들에게는 다소 어렵다는 문제가 있었습니다. 2015년 서울대학교 아시아언어문명학부에 베트남어 강독 수업이 개설된 후 이러한 이유로 학생들의 진도에 맞는 중급 교재에 대한 요청이 있었습니다.

그러던 중 2018년 서울대학교 아시아언어문명학부 동남아시아 언어문명전공의 여운경 교수님과 한국외국어대학교 베트남어과 전혜경 교수님의 도움으로 두 대학 학생들이 학술교류 세미나를 개최하게 되었고, 2019년 2학기부터는 정기적인 학술교류를 시작했습니다. 모임이 거듭될수록 실생활에서 사용할 수 있는 중급 교재의 필요성에 모두가 공감했으며, 이에 따라 베트남으로 어학연수 또는 여행을 다녀온 학생들의 의견을 반영하고, 베트남 음식에 대한 관심이 높아진 점을 고려하여 음식문화를 주제로 한 교재를 만들게 되었습니다.

교재는 북부 하노이로 어학연수를 간 주인공 유나가 중부를 거쳐 남부로 여행을 하면서 만난 친구들과의 에피소드를 회화와 독해 지문으로 구성했고, 마지막 과에서는 베트남 명절 음식을 추가하여 베트남 전통문화까지 담았습니다. 또한 한국과 다른 베트남 문화에 대한 내용은 학생들이 현지에서 겪은 경험을 바탕으로 비교적 시각에서 구성했습니다. 코로나19 팬데믹 가운데에서도 1년여의 시간 동안 베트남어 1, 2 랩(Lab) 수업을 맡으셨던 응우옌 티 하잉 중(Nguyễn Thị Hạnh Dung) 선생님과 함께 교재를 더 탄탄하게 수정·보완했습니다.

끝으로 이 교재가 나올 수 있도록 2019년 2학기에 학술교류에 참여했던 서울대학교 아시아언어문명학부 동남아시아 언어문명전공 공준현, 박보영, 차도경 학생, 국어국문학과 권은초 학생과 지리교육과 임채연 학생, 한국외국어대학교 베트남어과 김예지, 나현지, 하은실 학생에게 고마운 마음을 전합니다. 무엇보다 이 교재가 출판될 수 있도록 마음 써 주신 구하원 교수님과 여운경 교수님께 진심으로 감사드립니다. 교재의 기획과 출판을 위해 수고해 주신 서울대학교출판문화원에도 감사의 인사를 전합니다.

2023년 8월

이현정

| 차례 |

bữa ăn đầu tiên
menu

cháo sườn

bún đậu mắm tôm

bò bít tết

1

Ngày đầu đặt chân đến Hà Nội

cháo sườn

Yuna	A lô, Hiền à. Yuna đây. Mình vừa đến khách sạn và nhận phòng rồi.
Hiền	Thế là cậu cũng đến Hà Nội rồi nhỉ! Cậu ăn sáng chưa?
Yuna	Ừ. Thời tiết hơi lạnh nên mình ăn cháo sườn ở một quán trong ngõ gần khách sạn rồi.
Hiền	Đúng là dạo này thời tiết Hà Nội hơi lạnh thật. Cậu ăn món ăn nóng là đúng rồi đấy.
Yuna	Món cháo sườn này khác với món cháo ở Hàn Quốc. Cháo nhuyễn như bột. Một bác trai ngồi bên cạnh bảo mình cho thêm hạt tiêu và một lượng ruốc vừa phải vào cháo, tuỳ khẩu vị cá

nhân. Nhờ lời khuyên của bác ấy mà mình thấy bát cháo thơm ngon hơn.

Hiền Chuẩn đấy. Thế là cậu sắp thành người Hà Nội chính gốc rồi.

Yuna Nhưng mà lát nữa mấy giờ chúng ta gặp nhau?

Hiền Mình học xong lúc 5 giờ chiều. Chúng ta gặp nhau lúc 5 giờ 30 phút thì sao?

Yuna Ừ, cũng được. Thế thì buổi trưa mình ăn gì nhỉ? Không biết món gì ngon?

Hiền Lần trước cậu nói muốn ăn thử món bò bít tết đúng không? Quán ở số 35 Hai Bà Trưng rất nổi tiếng. Cậu đến đó ăn thử xem nhé.

Yuna Ừ, nhỉ. Mình đến đó ăn xong và về khách sạn nghỉ ngơi chờ cậu đến nhé.

bún đậu mắm tôm

Hiền Thế thì buổi tối mình đưa cậu đi ăn bún đậu mắm tôm nhé! Cậu ăn được mắm tôm không?

Yuna Mình rất thích thử những cái mới.

TIP!

rất thích thử những cái mới
새로운 것을 시도하는 것을 매우 좋아하다.

Nhưng mà chính xác thì bún đậu mắm tôm là món ăn gì thế?

Hiền Bún đậu mắm tôm là món bún chấm gồm có bún lá, đậu phụ rán vàng, thịt giò luộc, chả cốm, rau kinh giới, các loại rau thơm và dưa chuột. Bún được ăn kèm với mắm tôm - một loại nước chấm đặc biệt. Mắm tôm được pha với quất, ớt, đường. Nước chấm này rất ngon nhưng mùi hơi tanh nên khó ăn.

Yuna Okie, nghe có vẻ ngon đấy. Thế thì mình chốt chỗ đó nhé!

Hiền Đến giờ học rồi. Mình phải vào lớp đây. Hẹn gặp cậu lúc 5 giờ 30 phút ở khách sạn nhé.

Yuna Okie.

TIP!

~thế?
문장 끝에서 허사로 쓰이며 'A가 B입니까?', 'A가 B야?' 등으로 해석한다.

chả cốm
짜 꼼. 다진 고기, 생선, 새우 등을 쌀 또는 찹쌀과 섞어 굽거나 튀긴 음식.

Từ vựng mới

bún chấm 요리의 한 종류
cũng được ~이든 괜찮다
chính gốc 본토, 토박이
chốt 확정하다, 결정하다
chuẩn 표준(의)
kèm với ~을 곁들이다
khác với ~와 다르다
lượng 양, 용량
nhuyễn 잘 반죽된, 연한
pha (với) 끓이다, 섞다, 타다
rán 튀기다
tanh 비릿한
thành ~이 되다, ~을 이루다
vừa phải 합리적인, 적당한

Bò bít tết

Món bò bít tết có tên gọi bắt nguồn từ từ tiếng Pháp "bifteck", với đặc trưng là miếng thịt bò được cắt lát mỏng và phẳng, sau đó nướng cùng với các gia vị. Món này đã được du nhập vào Việt Nam trong thời kì người Pháp đô hộ nước này.

Món bò bít tết của Việt Nam và phương Tây có một số điểm khác biệt. Trứng ốp la, bánh mì và pa tê là "nét biến tấu" ẩm thực chỉ có trong món bò bít tết Việt Nam. Cách thức trình bày món ăn cũng khác nhau. Ở Việt Nam thì đựng bít tết trên chảo nóng nhưng phương Tây thì đựng trên đĩa. Ở phương Tây, món bò bít tết là món ăn trình bày chỉn chu cầu kì và thường được phục vụ tại nhà hàng, nhưng món bò bít tết Việt Nam là một món ăn trình bày đơn giản và thường được phục vụ tại các quán

TIP!

Bên cạnh đó
'게다가'라는 의미로, 'hơn nữa'와 유사한 표현이다.

ăn bình dân, thậm chí là quán vỉa hè.

Hình ảnh quen thuộc của món bò bít tết bình dân Việt Nam là miếng thịt bò nóng hổi, sôi xèo xèo trên chiếc đĩa gang hình con bò. Đĩa gang này giúp thịt bò và các nguyên liệu giữ được độ nóng lâu. Thịt bò được rưới một lớp sốt tiêu ngọt, trình bày thêm trứng ốp la, khoai tây chiên, hành lá, hành tây thái mỏng, dưa leo hoặc cà chua tuỳ phong cách người nấu. Ở một vài quán, thực khách cũng có thể chọn thêm các loại topping như pa tê, xúc xích, thịt viên... Món ăn này thường được dùng kèm với bánh mì xốp giòn, nước tương và tương ớt. Đây là đặc điểm rất riêng biệt và độc đáo.

Bò bít tết Việt Nam mang nét đặc trưng dân dã, phổ thông của ẩm thực Việt Nam và đáp ứng được khẩu vị của nhiều tầng lớp xã hội. Bên cạnh đó, món ăn cũng khá rẻ nên mọi người tha hồ thưởng thức mà không phải lo lắng về giá cả.

Từ vựng mới

bắt nguồn ~로부터 생기다, 기원하다
biến tấu 변화하다, 변이하다
cầu kì 까다로운, 섬세하게
chảo 프라이팬
chỉn chu 매무새; 정갈하게
dân dã 민초
du nhập 유입하(되)다, 전래되다
đô hộ 지배하다
đựng 담다, 담기다
lát mỏng 얇은 조각
phẳng 평평한
tầng lớp xã hội 사회계층
tha hồ 마음대로, 좋을 대로
thậm chí là 심지어 ~이다
trứng ốp la 달걀 프라이
xèo xèo 지글지글 소리가 나다

Ngữ pháp

❶ A bảo (là) / nói (là) ~ B

'A가 B에게 ~하라고 이야기했다'의 의미로 사용한다.

주어 + [bảo (là) / nói (là)] + ai + 동사	Một bác trai **bảo (là)** mình cho thêm hạt tiêu và một lượng ruốc. 아저씨가 나에게 후추와 주옥 조금을 넣으라고 말했다.
	Chị tôi **nói là** tôi nên thay đổi kiểu tóc. 내 누나/언니가 나에게 헤어스타일을 바꾸는 것이 좋겠다고 말했다.

❷ không biết A nhỉ?

구어체에서 주로 사용하며, 부정의문문이지만 해석은 긍정의 의미로 한다.

không biết + (주어) + 동사 + 의문사 + nhỉ?	**Không biết** đi đâu **nhỉ?** 어디를 가야 할까?
	Không biết anh ấy đã tốt nghiệp chưa **nhỉ?** 그가 졸업을 했니?

✎ 주어가 1인칭인 경우 생략할 수 있다.

❸ thử / xem

'~해 보다'의 의미로, 누군가에게 제안하거나 권유할 때 사용한다. thử와 xem을 함께 사용하거나 따로 사용할 수 있다.

동사 + xem	Anh tìm **xem** cô ấy ở đâu? 형/오빠는 그녀가 어디 있는지 찾아보셨어요?
동사 + thử	Anh hỏi **thử** ông ấy nhé! 형/오빠는 그 할아버지에게 물어보세요!
동사 + thử xem	Cam ngon lắm, anh ăn **thử xem**. 오렌지가 매우 맛있어요, 형/오빠 먹어 보세요.
Thử + 동사 + xem	Áo này đẹp quá! **Thử** mặc **xem**. 이 옷이 매우 예쁘네! 입어 봐.

thử는 동사 앞뒤에 모두 사용할 수 있다.

❹ trông A có vẻ B

'A는 B처럼 보이다'란 의미로, A에는 주어가 오고, B에는 형용사가 온다. 또한 trông과 có vẻ를 따로 사용할 수 있다.

Trông + 주어 + có vẻ + 형용사	**Trông** xe ô tô này **có vẻ** cũ quá. 이 자동차는 오래된 것처럼 보인다.
Trông + 주어 + 형용사	**Trông** xe ô tô này cũ quá. 이 자동차는 오래된 것처럼 보인다.
주어 + có vẻ + 형용사	Xe ô tô này **có vẻ** cũ quá. 이 자동차는 오래된 것처럼 보인다.

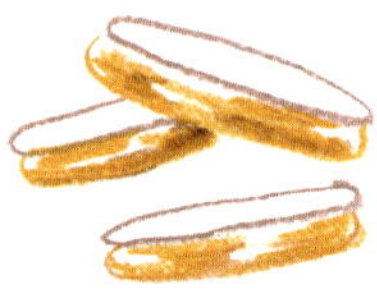

Luyện tập

1. Tìm từ ngữ thích hợp và điền vào chỗ trống trong những câu sau.

đựng chuẩn nhuyễn bắt nguồn vừa phải biến tấu chính gốc

1) Tủ lạnh này có giá cả _______.
2) Cái bát này rất hợp để _______ kimchi.
3) Phát âm tiếng Việt của anh Kim khá _______.
4) Bài dân ca này được _______ theo phong cách nhạc Rock.
5) Tên gọi của củ cà rốt _______ từ từ vựng tiếng Pháp carotte.
6) Yuna biết rõ mọi đặc điểm địa lí của Hà Nội như người Hà Nội _______.
7) Để làm món sinh tố dâu, bạn cần xay _______ dâu tươi với một ít sữa tươi.

2. Sử dụng "bảo là + ai + ĐT" viết lại các câu sau bằng tiếng Việt.

1) 어머니는 나에게 숙제를 먼저 하는 게 좋겠다(nên)고 말씀하셨다.

2) 카페 주인은 손님에게 계산을 먼저 한 후 음료를 받으라고 말했다.

3) Tuấn 선생님은 학생들에게 수업 중에 핸드폰을 사용하지 말라고 이야기했다.

4) 일기 예보에서 오늘 공기 중에 미세먼지(bụi mịn)가 많기 때문에 모든 사람들이 마스크(khẩu trang)를 써야 한다(đeo)고 이야기했다.

5) 반장(lớp trưởng)은 모든 학생들에게 담임 선생님(cô chủ nhiệm)을 위한 스승의 날 축하 카드(thiệp mừng ngày Nhà giáo)를 쓰자고 이야기했다.

3. Sử dụng cấu trúc "ĐT + thử xem" để hoàn thành các câu sau.

anh / phở bò / thơm ngon / ăn
→ Phở bò thơm ngon lắm, anh ăn thử xem.

1) chị / mũ này / đẹp / đội

2) bạn / nhạc Trịnh Công Sơn / hay / nghe

3) em / loại bút bi này / tốt / viết

4) anh / xoài này / ngọt / ăn

5) bác / kem đánh răng kia / tốt / sử dụng

4. Sử dụng cấu trúc "trông A có vẻ B" để hoàn thành các câu sau.

chị ấy / đẹp và xinh
→ Trông chị ấy có vẻ đẹp và xinh.

1) em ấy / ích kỉ

2) ngôi nhà kia / cũ

3) bà ấy / khoẻ mạnh

4) bộ phim này / hay

5) anh ấy / thông minh

5. Dựa vào bài hội thoại và bài đọc hiểu, hãy trả lời các câu hỏi sau.

Phần 1

1) Yuna đã ăn gì vào buổi sáng?

2) Mắm tôm là món ăn như thế nào?

3) Yuna và Hiền đã gặp nhau khi nào?

4) Hiền đã đề xuất Yuna nên ăn món ăn gì vào bữa trưa?

5) Cháo sườn và món cháo của Hàn Quốc khác nhau như thế nào?

Phần 2

1) Đặc trưng của món bò bít tết là gì?

2) Món bò bít tết có nguồn gốc thế nào?

3) Bò bít tết và beefsteak khác nhau như thế nào?

Ở Hàn Quốc, có món ăn nào tương tự như món bò bít tết của Việt Nam không? Nếu có, bạn hãy giới thiệu một cách ngắn gọn về món ăn đó.

bữa ăn thứ 2

menu

bánh cuốn

cà phê trứng

miến ngan

Cuộc sống tại Hà Nội

bánh cuốn

Thế là nó đã đến Hà Nội được khoảng 2 tuần. Nhờ Hiền, nó đã tìm được nhà trọ khá ưng ý ở đường Tạ Quang Bửu, gần Đại học Bách khoa. Vì chưa quen với phát âm tiếng Việt tại bản địa nên nó học hơi vất vả. Nhưng thật may là mỗi ngày nó vẫn có thể tập thể dục và đi dạo thư giãn ngay công viên Thống Nhất gần nhà.

Hôm nay là thứ 7, Hiền rủ nó đi ăn uống thật ngon để xả xì trét. 8 giờ sáng, hai đứa đi đến hồ Hoàn Kiếm ăn bánh cuốn nóng và sữa

TIP!

nó

블로그나 일기, 감상문 등에서 자신을 3인칭으로 지칭하여 글을 쓸 때 사용한다.

đậu tại quán Bà Hanh, một quán bánh cuốn rất nổi tiếng tại Hà Nội. Bánh cuốn là món ăn bình dân, được làm từ bột gạo tráng mỏng và hấp chín. Bên trong bột bánh có nhân thịt, mộc nhĩ hoặc có thể là các loại nhân đa dạng khác như trứng. Món này tại quán Bà Hanh thường ăn kèm với hành tỏi phi, đu đủ xanh, cà rốt muối chua và nước mắm. Vào buổi sáng mùa đông, ăn bánh cuốn nóng hổi thanh đạm hoà với vị chua chua của nộm, ngọt ngọt của nước mắm, vừa ấm bụng vừa ngon miệng. Tụi nó cũng gọi cả hai li sữa đậu ấm nóng. So với sữa đậu Hàn Quốc, sữa đậu Việt Nam thơm mùi đậu nành nguyên chất hơn. Ăn sáng xong, cả hai đi dạo tản bộ một vòng phố cổ.

TIP!

có thể là
'~일 수 있다'로 해석한다.

tụi nó
그들(글에서 '우리'를 3인칭으로 지칭할 때 사용)

cà phê trứng

Tình cờ thấy cà phê Giảng, nó nghĩ ngay đến món cà phê trứng và ngay lập tức bước vào quán để thưởng thức món đồ uống này. Giảng là quán cà phê đầu tiên sáng tạo ra món cà phê trứng vào năm 1946. Cà phê

TIP!

동사 (+ 목적어) + mới được

'(~을) 해야만 하겠다' 또는 '(~을) 해야만 한다'로 해석한다.

trứng tương tự như cappuccino, nhưng thay thế sữa tươi bằng lòng đỏ trứng gà vì thời xưa sữa tươi khan hiếm. Cà phê trứng thường uống khi còn ấm nóng, vị ngọt bùi nhưng không ngấy. Sau một hồi trò chuyện và thưởng thức cà phê, hai đứa đi đến đường sách tại Đinh Lễ tìm xem có sách nào hay không. Cuối cùng, Hiền đã mua tặng nó một quyển sách tên là *Cho tôi xin một vé đi tuổi thơ* của Nguyễn Nhật Ánh. 12 giờ trưa, Hiền đưa nó đi ăn miến ngan tại nhà hàng Old Hà Nội tại phố Tôn Thất Thiệp. Món ăn thực sự rất ngon và độc đáo. Nó đã có một buổi sáng thứ 7 vui vẻ, được ăn ngon và tám chuyện rất vui. Hiền có hẹn vào buổi chiều tối nên về trước. Còn nó thì về nhà tranh thủ thời gian viết blog và đọc sách Hiền tặng. À, bỗng dưng thèm món mì cay Hàn Quốc quá! Tối nay nó phải nấu mì gói Hàn với kimchi mới được.

Từ vựng mới

ấm bụng 든든한
bản địa 현지
bỗng dưng 돌연히, 갑자기
khan hiếm 결핍된, 모자라는
lập tức 곧, 즉시, 바로
nóng hổi 뜨거운
ngấy 혐오감을 느끼다, 싫어지다
tản bộ 산책하다
thanh đạm 담백한, 산뜻한
thèm 탐나다, 원하다
thư giãn 긴장을 풀다; 휴양
tranh thủ 얻다, 획득하다
ưng ý 만족하는
xả (물로) 씻다, 헹구다
xì trét 스트레스

Miến ngan

Miến ngan là món ăn dân dã và được ưa chuộng suốt bốn mùa của Hà Nội. Món ăn được nhiều người yêu thích vì đơn giản, nhẹ nhàng, vị nước dùng ngọt và thanh mát. Nguyên liệu chẳng có gì quá cầu kì, chỉ một chút miến, vài miếng thịt ngan thái lát mỏng hoặc chặt miếng vừa ăn, thêm một chút măng tươi xào hoặc măng khô, rắc hành lá và chan nước dùng.

TIP!

ngan
오리와 같은 계통이지만 오리보다 더 크고 머리에 볏이 달려 있다.

được nhiều người yêu thích
많은 사람의 사랑을 받는다. được이 동사와 함께 쓰이면 '~받는다'의 의미가 되며, 'được + ai + 동사'('누구로부터 ~받는다')의 형태로 쓴다.

Nghe qua có vẻ rất đơn giản, nhưng để có được một tô miến ngan ngon, người nấu phải chú ý nhiều yếu tố, ví dụ như: ngan luộc chín tới để giữ được độ ngọt, thơm; nước dùng phải trong và không có mùi hôi của thịt ngan, tô miến phải hoà quyện mùi thơm của

TIP!

khiến cho
사물이나 현상이 다른 특징, 성질, 상태로 바뀔 때 사용하며, '~이 되다', '~로 만들다'로 해석한다.

Một trong những
'~ 중 하나'라는 표현으로, một trong những 뒤에는 명사를 쓴다.

măng và của rau thơm mới ngon.

Nguyên liệu làm món miến ngan khá đơn giản, gồm ngan, miến, măng tươi, hành lá, nước mắm, nước tương gia vị, tỏi, ớt. Đầu tiên phải chọn được thịt ngan ngon. Ngan hay còn gọi là vịt xiêm, là loài gia cầm lấy thịt phổ biến ở miền Bắc, thịt ngan cũng ngọt và thơm hơn thịt vịt thông thường.

Thịt ngan sau khi được làm sạch sẽ luộc cho chín tới, vớt ra để nguội, phần thịt ức được thái lát mỏng, phần thân thì chặt thành miếng, phần chân, cổ, cánh, đầu thường được cho vào nồi nước dùng để ngọt nước. Từng miếng ngan tươi ngon, da vàng bóng sẽ được xếp lên tô miến, khiến cho ai cũng bị thu hút và thèm thuồng. Nước dùng trong, không có mùi tanh của ngan và phải mang vị ngọt đậm đà tự nhiên của ngan. Sợi miến được trụng sơ sao cho vừa mềm nhưng không quá bở hay quá khô. Ngoài ra, có thể thay thế miến bằng bún tuỳ theo sở thích và khẩu vị của người ăn. Nước chấm thịt ngan có thể là nước tương tỏi ớt hoặc nước mắm tỏi ớt chua cay.

Người Hà Nội thường ăn miến ngan vào những ngày lạnh để làm ấm bụng với nước dùng nóng hổi. Tuy vậy, thưởng thức món ăn này vào mùa hè cũng được ưa chuộng vì thịt ngan và miến đều có tác dụng làm mát cơ thể. Một trong những quán miến ngan bạn nên đến thử tại Hà Nội là quán Hạnh–Ngan dé, nằm tại số 72 Cửa Bắc, quận Ba Đình, Hà Nội.

Từ vựng mới

có được 얻게 되다
chan 담다
chẳng có gì 아무것도 없다
chặt 자르다
độ ngọt 당도
gia cầm 가금류
hoà quyện 조화를 이루다
rắc 흩뿌리다
thanh mát 시원한
ưa chuộng 선호하다
vớt ra 건지다
xếp (lên) 쌓다

Ngữ pháp

❶ được의 다양한 용법

1) được + 기간

주어 + (đã) 동사 + được + 기간 + (rồi)	Anh ấy đã học tiếng Việt được 2 năm. 그가 베트남어를 공부한 지 2년 되었다.
	Tôi làm việc ở công ti này được 10 năm rồi. 내가 이 회사에서 일한 지 10년 되었다.

2) 가능·허가·허락의 표현

(1) 긍정문

주어 + có thể + 동사 + được	Tôi có thể đi xe máy được. 나는 오토바이를 탈 수 있다(운전할 수 있다). → 능력(가능)
주어 + có thể + 동사	3 giờ chiều thì tôi có thể đi. 3시에 나는 갈 수 있다. → 상황(가능)
주어 + 동사 + được	Em ngồi ghế này được. 너는 이 의자에 앉을 수 있다. → 허가·허락

(2) 부정문

주어 + không thể + 동사 + được	Tôi không thể đi xe máy được. 나는 오토바이를 탈 수 없다(운전할 수 없다). → 능력(불가능)
주어 + không + 동사 + được	Hôm nay tôi không đi ra ngoài được. 오늘 나는 나갈 수 없다. → 상황(불가능)
	Em không ngồi ghế này được. 너는 이 의자에 앉을 수 없다. → 불허

✎ có thể의 부정은 không thể이고, được의 부정은 không được이다.

(3) 의문문

주어 + có thể + 동사 + được không?	Bạn **có thể** đi xe máy **được không**? 너는 오토바이를 운전할 수 있어?
주어 + có + 동사 + được không?	Hôm nay bạn **có** đi ra ngoài **được không**? 오늘 너는 나갈 수 있어?
주어 + 동사 + được không?	Em ngồi ghế này **được không**? 제가 여기에 앉아도 되나요?

이에 대한 긍정의 답으로는 'Được'을, 부정의 답으로는 'Không được'을 사용한다.

3) 수동태

(1) được + 동사: 긍정적인 일에 쓰임

수동태	Em Mai **được** thầy Sơn khen. 마이는 선 선생님의 칭찬을 받았다.
능동태	Thầy Sơn khen em Mai. 선 선생님은 마이를 칭찬했다.

(2) bị + 동사: 부정적인 일에 쓰임

수동태	Anh ấy **bị** cảnh sát bắt. 그는 경찰에 잡혔다.
능동태	Cảnh sát bắt anh ấy. 경찰이 그를 잡았다.

4) được + 동사

결과 또는 받아들임의 의미로, '~하게 되다'로 해석한다.

주어 + được + 동사	Rất vui **được** gặp anh. 만나게 되어 반갑다(만나서 반갑습니다).
	Hệ thống y tế càng ngày càng **được** cải thiện. 의료 체계가 날이 갈수록 개선되고 있다.

❷ so với A, B ~ hơn

'A와 비교하여 B가 더 ~하다'를 의미하는 구문이다.

1) So với A, B + 형용사 hơn 2) B + 형용사 hơn + so với A	So với anh Tuấn, anh Nam cao hơn. 뚜언 씨와 비교하여 남 씨가 키가 더 크다. = Anh Nam cao hơn so với anh Tuấn.
	So với món phở bò của nhà hàng này, món phở bò của nhà hàng kia ngon hơn. 이 식당의 소고기쌀국수와 비교하여 저 식당의 소고기쌀국수가 더 맛있다. = Món phở bò của nhà hàng kia ngon hơn so với món phở bò của nhà hàng này.

❸ có A nào B không

'B한 A가 있는지'를 표현하는 문형으로, A에는 명사, B에는 형용사가 온다.

có + 명사 + nào + 형용사 + không	Hai đứa đi đến Đinh Lễ tìm xem có sách nào hay không. 둘은 딩 레에 가서 재미있는 책이 있는지 찾아 보았다.
	Anh ấy hỏi tôi xem có quán cà phê nào yên tĩnh ở đó không. 그 형/오빠는 나에게 그곳에 조용한 카페가 있는지 물었다.

Luyện tập

1. Tìm từ ngữ thích hợp và điền vào chỗ trống trong những câu sau.

ấm bụng   hoà quyện   lập tức   ưng ý   vớt ra   khan hiếm   thanh đạm

1) Mẹ tôi thích các món ăn ____________.
2) Em của tôi ____________ đi đến bệnh viện sau khi bị ngã.
3) Gần đây, trứng gà trở nên ____________ vì dịch cúm gia cầm.
4) Bạn hãy luộc thịt thật chín trong khoảng 30 phút rồi ____________.
5) Người Hàn Quốc thường ăn Eomuk cho ____________ vào mùa đông.
6) Kiến trúc này rất ____________ với khung cảnh thiên nhiên xung quanh.
7) Cô ấy mất 2 tiếng trong nhà sách để chọn được quyển sách ____________.

2. Sử dụng cấu trúc ngữ pháp số 1 và viết lại các câu sau bằng tiếng Việt.

1) 너는 오토바이를 운전할 수 있니?

2) 내 아버지는 나를 공항에 데려다주실 수 있다.

3) 너는 이곳에 앉을 수 없다.

4) 누나/ 언니는 젓가락을 사용할 수 있어요?

5) 나는 베트남에서 산 지 10년 되었다.

6) 어머니 오늘 일찍 집에 오실 수 있으세요?

7) 나는 Mai 누나/언니의 오토바이를 빌릴 수 없다.

8) 내 형/오빠는 프랑스어를 공부한 지 3년 되었다.

9) 선생님(thầy) 천천히 얘기해 주실 수 있으세요?

10) 그 누나/언니는 은행에서 일한 지 7년 되었다.

3. Đổi các câu thể chủ động dưới đây thành câu thể bị động.

1) Mọi người chê anh ấy.

2) Chúng tôi ủng hộ chị ấy.

3) Hôm qua tôi đau bụng.

4) Mọi người giúp đỡ bạn ấy.

5) Em ấy nhức răng.

4. Sử dụng cấu trúc "So với A, B + TT hơn" để hoàn thành các câu sau.

anh Tuấn / anh Nam / cao
→ So với anh Tuấn, anh Nam cao hơn.

1) hồ Hoàn Kiếm / Hồ Tây / rộng

2) hôm qua / hôm nay / nóng

3) chị Mai / chị Lan / nhiều tuổi

4) toà nhà này / toà nhà kia / hoành tráng

5) tờ báo này / tờ báo kia / dễ đọc

5. Dựa vào bài hội thoại và bài đọc hiểu, hãy trả lời các câu hỏi sau.

Phần 1

1) Tại Hà Nội, Yuna sống ở đâu?

2) Cà phê trứng là đồ uống thế nào?

3) Hiền đã tặng món quà gì cho Yuna?

4) Hàng ngày, Yuna thường làm gì để thư giãn?

5) Yuna và Hiền gặp nhau rồi đi ăn món gì vào ngày thứ bảy?

Phần 2

1) Nguyên liệu của món miến ngan là gì?

2) Vì sao người Hà Nội ưa thích món miến ngan?

3) Người Hà Nội thường ăn miến ngan khi nào?

Bạn thường đi ăn món ăn gì hoặc làm gì để giải toả căng thẳng?
Hãy giới thiệu về hoạt động bạn thường làm để giải toả căng thẳng.

bữa ăn thứ 3

MENU

bánh mì pa tê

phở xào

chả cá Lã Vọng

sữa chua nếp cẩm

hoa quả dầm

3

Thử nấu món ăn Hà Nội

bánh mì pa tê

Cô giáo Chào các bạn! Rất vui được gặp tất cả các bạn. Tôi là người sẽ đồng hành và hướng dẫn các bạn trong buổi học nấu ăn hôm nay.

Yuna Em chào cô. Em là Yuna. Em đến từ Hàn Quốc, hiện là sinh viên trao đổi tại Hà Nội cũng được một tháng rồi. Em đã học tiếng Việt tại Hàn Quốc trong khoảng một năm trước khi đến đây.

Cô giáo Em nói tiếng Việt tốt quá, không chê vào đâu được. Vậy thì, bây giờ chúng ta sẽ cùng nhau nói về món ăn sẽ thực hành ngày hôm nay nhé. Đó là món phở xào. Các bạn đã ăn thử món này lần nào chưa?

Yuna Vâng, em thử nhiều món ăn Việt Nam rồi. Sáng nay, em còn thử cả món bánh mì pa tê cho bữa sáng.

Cô giáo Ồ vậy à? Pa tê được làm từ gan lợn, nhiều người nước ngoài cứ nghe đến nội tạng động vật là sợ không dám ăn.

Yuna Ở Hàn Quốc cũng có món ăn làm từ gan lợn nên em ăn được. Tuy hơi khác một chút nhưng em thấy vị của pa tê vừa ngon miệng vừa độc đáo mà.

Cô giáo Đúng vậy, bạn cũng có thể biết được văn hoá của một nước thông qua ẩm thực của họ. Pa tê là món ăn có nguồn gốc từ Pháp nhưng được cải tiến sang phong cách Việt từ thời kì Pháp thuộc. Nguyên liệu được chuyển thành gan lợn và cách làm cũng đơn giản hoá hơn món pa tê gốc.

Yuna Hoá ra là vậy.

TIP!

không dám
'감히 ~할 엄두를 못 내는'으로 해석한다. 'không dám+동사' 또는 'dám+동사'의 형태로 사용한다.

mà
문장 끝에 오는 mà는 '~잖아요'로 해석한다.

Hoá ra(Thì ra) ~
알고 보니 ~더라/~로군요

phở xào

Cô giáo Món ăn hôm nay các bạn sẽ học là món phở xào. Theo các bạn, đây là món ăn như thế nào?

Yuna Vì có từ "phở" nên em nghĩ đây có lẽ là món phở nước, đúng không ạ?

Cô giáo Cũng đúng một phần. Vì gọi là "phở" nên phở xào dùng nguyên

Bài 3

liệu bánh phở giống với món phở thông thường, tuy nhiên cách nấu thì khác nhau. Nguyên liệu nấu kèm gồm bánh phở tươi, thịt bò, rau cải ngọt, hành tây, tỏi và gia vị. Tôi sẽ hướng dẫn các bạn cách làm nhé.

Yuna Vâng.

Cô giáo Đầu tiên là rửa sạch cải ngọt sau đó luộc sơ. Thịt bò ướp gia vị vừa ăn, cho vào bánh phở với một chút nước tương, trộn đều để sợi phở thấm gia vị. Tiếp theo, bạn phi hành tỏi, xào bánh phở trước, để riêng. Sau đó, cho cải ngọt, hành tây, thịt bò vào xào, nêm gia vị rồi cho phở đã xào vào đảo sơ. Thế là xong. Chúng ta cùng thực hành nhé!

TIP!

phi
'xào'(볶다)와 유사한 의미로 사용한다.

đảo
명사로는 '섬', 동사로 쓰이면 '뒤엎다' 또는 'khuấy'(젓다), 'quấy'(섞다)와 같은 의미다.

mỗi một
'각각의'라는 뜻이지만, 본문에서는 '(단지) 하나'라는 의미로 사용되었다.

(Sau khi hoàn thành món ăn)

Yuna Làm thử mới thấy là nấu phở xào cũng không khó. Em mới chỉ ăn thử mỗi một món phở và bún chả thôi. Hôm nay nấu phở xào mới thấy ở Việt Nam đúng là nhiều món bún phở quá.

Cô giáo Ở Việt Nam có nhiều món tương tự lắm, nào là bún, mì, hủ tiếu, miến, bánh canh. Các bạn đếm không xuể đâu. Lần sau nếu có thời gian, các bạn nhớ đến đây học các món ăn này nhé!

Yuna Vâng. Buổi học hôm nay rất vui và món ăn cũng rất ngon. Em cảm ơn cô nhiều ạ. Hẹn gặp lại cô lần sau.

Từ vựng mới

cải tiến 개선하다
gồm 포함하다
hướng dẫn 이끌다, 지도하다
nguồn gốc (= gốc) 기원
sinh viên trao đổi 교환학생
tương tự 유사한
thực hành 실행하다
ướp 개다, 절이다

Thưởng thức chả cá Lã Vọng

Chả cá Lã Vọng là một trong các món đặc sản nổi tiếng nhất của người Hà Nội hàng trăm năm nay, ra đời từ thời kì kháng chiến chống Pháp, do một gia đình họ Đoàn sáng tạo ra. Thời đó, tại quán chả cá nhà họ Đoàn thường trang trí tượng ông Lã Vọng (Khương Tử Nha) nên món ăn này dần được gọi tên là Chả cá Lã Vọng.

Ngày xưa, người ta thường dùng loại cá cao cấp là cá anh vũ để làm chả cá, nhưng ngày nay chủ yếu dùng cá lăng. Vì cá lăng ít xương nên dùng cá này, sau khi nướng, thịt cá cũng giòn, dai và thơm hơn các loại cá khác. Phần thịt lườn cá là nguyên liệu chính, thái mỏng, ướp với nước cốt riềng, nghệ, mẻ, hạt tiêu, mắm tôm trong hai giờ. Sau đó, thịt cá được nướng chín sơ. Chả cá Lã Vọng phải ăn nóng và ăn kèm với bún, rau thơm, hành lá, rau thì là, lạc

TIP!

Khương Tử Nha
강자아(강태공)

cá anh vũ
잉엇과 생선

cá lăng
메깃과 생선

thì là
허브의 일종인 '딜'. 생선 요리에 비린내를 제거하기 위해 사용한다.

rang và mắm tôm.

Cách ăn món chả cá Lã Vọng cũng khá cầu kì, ngoài cách ăn "khô" còn có cách ăn "ướt" và "nóng". Trong đó, cách thưởng thức nóng trên chảo mỡ được nhiều người hết sức yêu thích.

1. Bỏ cá vào chảo mỡ, chờ đến khi các miếng cá chín vừa đủ.
2. Cho thêm rau thì là, hành lá, mỡ hành, rau mùi vào xào chung để kích thích khẩu vị.
3. Đợi khoảng 30 giây, gắp cá và rau vào chén bún, rưới chút mắm tôm và cho thêm vài hạt lạc rang. Nếu không ăn được mắm tôm có thể thay bằng nước mắm.
4. Hoặc bạn cũng có thể ăn riêng chả cá kẹp với thì là, chấm với mắm tôm.

Hiện tại, tại các quán ăn ở Hà Nội, món chả cá Lã Vọng thường dao động từ 150.000 đến hơn 200.000 đồng / 1 người.

Từ vựng mới

chống 대항하다, 저항하다, 반대하다
dai 질긴, 쫄깃한
giòn 바삭하다
kẹp với 껴묻다, 곁들이다
kích thích 자극하다
kháng chiến 저항하다, 항전하다
mẻ 발효 쌀밥
nước cốt 우려낸 물
riềng 갈랑가(생강과 식물)
sáng tạo 발명하다, 창조하다
tượng 동상, 형상
thưởng thức 즐기다, 감상하다
trang trí 장식하다
xương 뼈

Ngữ pháp

❶ không (thể) A vào đâu được

A에 부정적 뉘앙스를 가진 동사를 사용하여 긍정을 나타내거나, 공간이 다 차서 더 이상 넣을 수 없음을 표현할 때 사용한다.

주어 + không + 동사 + vào đâu được	Tôi nói hết rồi, **không** nói **vào đâu được**. 나는 말을 다 해서 이야기할 것이 없다.
주어 + không thể + 동사 + vào đâu được	Trưa nay tôi ăn nhiều quá. Bây giờ (tôi) **không thể** thêm **vào đâu được**. 낮에 나는 너무 많이 먹었다. 지금 나는 더 먹을 수 없다.

❷ cứ A là B

A(조건)로 인해 B(결과)가 발생함을 나타내며, 습관이나 반복적 행동을 표현할 때 'A하면 B하다'의 의미로 사용한다.

주어 + cứ + 동사 1 + là + 동사 2	Họ **cứ** gặp nhau **là** cãi nhau. 그들은 만나기만 하면 싸운다.
Cứ + 동사 1 + là + 주어 + 동사 2	**Cứ** uống rượu **là** anh ấy gây ra tai nạn. 그는 취하기만 하면 사고를 낸다.
Cứ + 시간 + là + 주어 + 동사	**Cứ** mùa khai giảng **là** sinh viên bận rộn đăng kí môn học. 개강 때면 학생들은 수강 신청으로 바쁘다.

❸ nào là ~

연관성이 있는 다양한 명사나 행동을 나열할 때 사용한다.

주어 + 동사 (+ 목적어); nào là + 명사, 명사, …	Chị ấy thích tất cả các loại bánh mì; **nào là** bánh mì trứng, bánh mì pa tê... 그녀는 계란 바잉 미, 빠 떼 바잉 미 등 모든 종류의 바잉 미를 좋아한다.
주어 + 동사 (+ 목적어); nào là + 동사 + 목적어, 동사 + 목적어 …	Cuối tuần chị ấy rất bận rộn; **nào là** đi mua sắm, đi xem phim, đi bơi... 지난 주말 그녀는 쇼핑, 영화 관람, 수영 등으로 매우 바빴다.

❹ ~ không xuể/nổi

1) không xuể

양이 많아서 끝낼 수 없거나 할 수 없음을 표현할 때 사용하며, 'không + 동사 + xuể' 로도 사용할 수 있다.

동사 + không xuể	Nhiều bài tập quá! Tôi làm **không xuể**. 숙제가 너무 많아! 나는 끝낼 수 없어.
	Nhiều thư quá! Tôi đọc **không xuể**. 편지가 너무 많아! 나는 (다) 읽을 수가 없어.

2) không nổi

어려워서 처리하거나 해결할 능력이 없음을 표현할 때 사용하며, 'không + 동사 + nổi'로도 사용할 수 있다.

동사 + không nổi	Vấn đề này quá phức tạp, tôi giải quyết **không nổi**. 이 문제는 너무 복잡해서 나는 해결할 수 없다.
	Bài tập này khó quá, tôi làm **không nổi**. 이 숙제는 너무 어려워서 나는 할 수 없다.

Luyện tập

1. Tìm từ ngữ thích hợp và điền vào chỗ trống trong những câu sau.

ướp　cải tiến　đặc sản　sáng tạo　thực hành　hướng dẫn　thưởng thức

1) Nước mắm là ________ của đảo Phú Quốc.
2) Chị tôi thường hái hoa trong vườn nhà để ________ trà.
3) Các nhân viên của phòng kế hoạch làm việc rất ________.
4) Công ti A đã ________ mẫu điện thoại theo phản hồi của khách hàng.
5) Cả gia đình tôi thường ________ nhạc cổ điển tại nhà hát thành phố.
6) Tôi đã ________ lái xe trên đường ở đảo Jeju sau khi có bằng lái xe hơi.
7) Chú cảnh sát ________ cách qua đường an toàn cho các em học sinh mẫu giáo.

2. Sử dụng "xuể" hoặc "nổi" điền vào chỗ trống để hoàn thành các câu sau.

1) Chị ấy khó làm quen. Tôi làm quen không ________.
2) Vấn đề này quá phức tạp, chúng tôi không hiểu ________.
3) Vì trong lớp quá ồn ào, tôi không nghe ________ cô giáo nói gì.
4) Bầu trời hôm nay nhiều sao quá, chúng tôi đếm không ________.
5) Hôm nay tôi có rất nhiều việc phải làm, tôi lo là làm không ________.

3. Sử dụng các động từ sau đây để hoàn thành câu với cấu trúc "không thể A vào đâu được".

đặt　viết　bắt bẻ　đi thêm

1) Tôi hết giấy rồi, không thể ________ vào đâu được.
2) Phòng anh chật quá, không thể ________ vào đâu được.

3) Tôi đã đi 2 đôi tất rồi, không thể _______ vào đâu được.

4) Lí luận của ông ấy chặt chẽ quá, không thể _______ vào đâu được.

5) Tủ sách của tôi nhiều sách quá rồi, không thể _______ vào đâu được.

4. Sử dụng "cứ A là B" viết lại các câu sau bằng tiếng Việt.

1) 봄이 되면 꽃이 핀다.

2) 축구를 볼 때면 우리는 치킨을 먹고 맥주를 마신다.

3) 여행을 가면 내 동생은 항상 물건을 잃어버린다.

4) 시험 때만 되면 그는 배가 아프다.

5) 1월 1일 새해가 되면 많은 한국인은 해돋이를 보러 간다.

5. Dựa vào bài hội thoại và bài đọc hiểu, hãy trả lời các câu hỏi sau.

Phần 1

1) Phở xào là món ăn như thế nào?

2) Pa tê của Việt Nam khác với món pa tê gốc như thế nào?

3) Lí do Yuna có thể ăn được pa tê trong món bánh mì Việt Nam là gì?

Phần 2

1) Chả cá Lã Vọng xuất hiện có từ khi nào?

2) Nguồn gốc của tên gọi chả cá Lã Vọng như thế nào?

Bạn đã bao giờ trải nghiệm một món ăn độc đáo khác lạ của nước ngoài chưa?
Hãy kể lại một kỉ niệm đáng nhớ về trải nghiệm khác biệt đó của bạn.

Món ăn vặt

sữa chua nếp cẩm

hoa quả dầm

Khi nhắc đến những món ăn vặt nổi tiếng tại Hà Nội, không thể nào bỏ qua hai món ăn trứ danh là sữa chua nếp cẩm và hoa quả dầm. Dù có rất nhiều món ăn vặt mới xuất hiện hoặc được du nhập từ nước ngoài, nhưng hai món ăn vặt với giá cả phải chăng này vẫn luôn giữ được chỗ đứng vững vàng qua nhiều thế hệ người Việt từ xưa đến nay.

Sữa chua nếp cẩm là món ăn vặt được ưa chuộng trong những ngày hè nóng bức. Được làm từ hai nguyên liệu tốt cho sức khoẻ là sữa chua và nếp cẩm, món ăn này không chỉ là món tráng miệng mà còn là thực phẩm giàu dinh dưỡng. Sữa chua vừa tốt cho cơ thể vừa giúp hệ tiêu hoá hoạt động tốt. Nếp cẩm giàu chất xơ và dinh dưỡng tốt cho tim mạch, hệ tiêu hoá và phòng ngừa các bệnh về huyết áp... Ngoài ra, món ăn này còn là thực phẩm hỗ trợ giảm cân hiệu quả dành cho rất nhiều phụ nữ. Vị chua ngọt thanh mát của sữa chua kết hợp cùng vị bùi bùi, mùi thơm đặc trưng của nếp cẩm khiến món ăn vặt này thoả mãn khẩu vị của mọi lứa tuổi.

Hoa quả dầm cũng là món ăn vặt giải nhiệt mùa hè. Đây cũng là món ăn khá dễ làm tại nhà và rất tốt cho sức khoẻ. Chỉ với một vài loại hoa quả thái nhỏ xếp vào một tô, hoặc cốc vừa, cho thêm một chút sữa đặc có đường hoặc sữa chua, một chút đá bào, trộn đều lên. Như vậy là bạn đã hoàn thành một phần hoa quả dầm mát lạnh và nhiều vitamin. Hoa quả dùng cho món này khá đa dạng tuỳ theo sở thích của người làm, nhưng các loại hoa quả phổ biến thường là dưa hấu, thanh long, mít, xoài, nhãn, đu đủ... Món ăn vừa có nhiều màu sắc đẹp mắt, vừa nhiều vitamin và chất xơ, vừa tươi ngon và mát lạnh giúp giải nhiệt cơ thể.

Từ nhiều năm nay, sữa chua nếp cẩm và hoa quả dầm không chỉ phổ biến tại khu vực miền Bắc mà còn được nhiều bạn trẻ trên toàn Việt Nam yêu thích, cũng như được bày bán rộng rãi tại nhiều địa phương.

Từ vựng mới

chất xơ 섬유질
dinh dưỡng 영양
hỗ trợ 돕다, 후원하다
kết hợp 결합하다, 연결하다
phải chăng 적당한, 타당한
sữa chua 요구르트
sữa đặc 연유
tiêu hoá 소화하다
(hệ) tiêu hoá 소화 기관
trứ danh 유명한, 저명한
vững vàng 안정된, 확실한

bữa ăn thứ 4
menu

bún bò Huế

bánh bột lọc Huế

4

Ngày đầu ở Huế

bún bò Huế

Lâu rồi nó mới lại viết blog. Trong thời gian vừa qua, nó đã học tiếng Việt rất chăm chỉ, cũng thường xuyên tập thể dục ở công viên Thống Nhất gần nhà mỗi khi rảnh rỗi. Và thế là nó cũng đã thích ứng kha khá với cuộc sống tại Việt Nam. Nhờ có Hiền mà nó đã trải nghiệm rất nhiều thứ tại Hà Nội: đi xem múa rối nước, tham quan nhiều địa điểm du lịch nổi tiếng (Bảo tàng lịch sử, chùa Trấn Quốc ở Hồ Tây, cầu Long Biên, Di tích Hoàng thành Thăng Long...).

Khoá học tiếng Việt đầu tiên kết thúc, nó được nghỉ khoảng hai tuần nên đã quyết định đi đến Huế, thành phố nơi Sơn đang sống ở khu vực miền Trung.

Ấn tượng đầu tiên của nó về Huế là đây

TIP!

múa rối nước
베트남의 전통 공연예술 장르 중 하나인 수상 인형극

thực sự là một thành phố cổ kính, yên bình và tĩnh lặng. Vừa đặt chân đến trung tâm Huế, ngắm nhìn dòng nước sông Hương trôi lững lờ khiến nó cảm thấy lòng bình yên nhẹ nhàng rất khó tả.

Check in khách sạn và gặp Sơn lúc 1 giờ trưa, hai đứa hớn hở vì lâu lắm rồi mới gặp. Sơn bảo sẽ dẫn nó đi ăn hết cả thành phố Huế, quá là sung sướng! Món đầu tiên dĩ nhiên là món bún bò Huế rồi. Mà thật lạ là ở đây ai cũng chỉ gọi món này là "bún bò" chứ không thêm từ "Huế". À ha! Thì nó đang ở Huế còn gì. Món bún bò này vị đậm đà, cay cay giống với canh khoai tây của Hàn Quốc, nhưng lại độc đáo ở chỗ là có cả tiết lợn nữa. Tiết lợn ăn chung với bún sao? Nghe có vẻ hơi lạ lùng nhưng mà ăn thử mới thấy ngon phết, rất là hợp khẩu vị của nó!

Chỉ ăn mỗi một tô bún bò thôi mà nó đã no khủng khiếp. Thế là nó và Sơn quyết định tạm dừng ăn uống, đi tham quan tản bộ một vòng Huế trước rồi sẽ đi cà phê ăn uống tiếp. Vì trời nắng, hai đứa quyết định thuê xe xích lô tham quan một vòng Hoàng thành Huế. Mất khoảng hai tiếng đồng hồ vừa thong dong ngồi xích lô vừa đi bộ, tham quan, chụp ảnh các khu vực trong Hoàng thành, cả nó lẫn Sơn đều thấy đói bụng và khát nước.

TIP!

cay cay
형용사의 첩어 형식으로, 형용사를 하나만 쓸 때보다 조금 더 낮은 강도를 표현한다.

phết
주로 구어체에서 형용사 뒤에 쓰이며, '매우', '아주'의 의미다.

chỉ ~ mỗi
'단지 ~뿐/만'의 의미로, 주로 구어체에서 한정된 범위를 강조할 때 사용한다.

bánh bột lọc Huế

Giờ nó chỉ nghĩ đến việc chạy ngay đến chợ Đông Ba để ăn các loại bánh bột lọc, bánh bèo, bánh nậm thôi. Bánh bột lọc Huế có hai loại là bánh bột lọc trần và bánh bột lọc gói. Bánh bột lọc gói được gói trong lá chuối rồi hấp chín, còn bánh bột lọc trần được nặn như món mandu của Hàn Quốc. Vì được làm từ bột năng, ở Huế gọi là bột lọc, nên bánh bột lọc dai dai, chấm với nước mắm cay cay rất thích. Bánh bèo Huế thì làm từ bột gạo, đựng trong từng chén nhỏ, rắc tôm sấy khô và mỡ hành lên trên, có vị bùi bùi béo béo. Cả hai món này đều là món ăn vặt nó rất thích. Một lần nữa, nó lại ngạc nhiên và thích thú vô cùng vì độ đa dạng của các món ăn vặt Việt Nam. Nó ăn mãi mà vẫn chưa hết các món ăn vặt mới lạ.

Ngày đầu ở Huế kết thúc tốt đẹp. Về khách sạn, đắp mặt nạ và viết xong blog rồi. Ngủ thôi, mai lại đi chơi tiếp nhé!

Huế là thành phố như thế nào?

Huế là thành phố thuộc tỉnh Thừa Thiên Huế, nằm giữa miền Trung Việt Nam và nằm trên Đà Nẵng. Đây là cố đô của nhà Nguyễn – triều đại phong kiến cuối cùng của Việt Nam vào thế kỉ 19. Vùng đất này được thiết lập lãnh thổ vào khoảng thế kỉ 14 dưới triều đại nhà Trần, với tên gọi Thuận Hoá. Trong giai đoạn chúa Nguyễn, Tây Sơn và sau đó là nhà Nguyễn, nơi này được chọn là thủ phủ với tên gọi Phú Xuân. Cái tên "Huế" vốn là từ phổ thông dân gian gọi "kinh thành" Thuận Hoá. Từ năm 1899 dưới thời Pháp thuộc, cái tên Huế chính thức được sử dụng là tên gọi hành chính. Thành phố Huế có núi và sông, không có biển, nhưng đi ra ngoài thành phố sẽ có nhiều bãi biển đẹp. Đặc biệt là có vịnh Lăng Cô, nằm cách Huế 70km, được xem là một trong các vịnh đẹp nhất thế giới.

Từ vựng mới

ăn vặt 군것질하다, 주전부리하다
ấn tượng 인상; 눈에 띄는
đậm đà 진한, 풍부하고 다양한
hớn hở 명랑한, 즐거운
khủng khiếp 두려운, 무서운
lạ lùng 이상한, 특별한
quyết định 결정하다, 결심하다
sung sướng 기쁜, 행복한
tĩnh lặng 고요한, 한적한
thích ứng 알맞은, 적응한
trải nghiệm 경험하다, 체험하다
yên bình 안정적인, 평온한

Mộc bản triều Nguyễn

Di sản tư liệu thế giới đầu tiên của Việt Nam

Mộc bản triều Nguyễn là một loại hình tài liệu đặc biệt, bao gồm nhiều bộ sách sử và các tác phẩm văn học, được chính quyền nhà Nguyễn tạo ra để phổ biến rộng rãi các chuẩn mực của xã hội, các luật lệ hành chính, lưu truyền công danh sự nghiệp của các vua chúa, các sự kiện lịch sử cho thế hệ sau... Tài liệu mộc bản triều Nguyễn được chế tác chủ yếu trong quá trình hoạt động của Quốc sử quán triều Nguyễn (được thành lập vào năm 1820 dưới thời vua Minh Mạng) tại Huế. Từ năm 1960, Mộc bản triều Nguyễn được chuyển vào Đà Lạt.

Theo hồ sơ di sản, mộc bản triều Nguyễn có những giá trị to lớn như sau:

Thứ nhất, mộc bản triều Nguyễn (1802-1945) với 34.555 bản khắc mộc bản đã giúp lưu lại những tác phẩm chính văn, chính sử do triều Nguyễn biên soạn, các sách kinh điển và sách lịch sử. Tài liệu không chỉ có giá trị về mặt lịch sử mà còn có giá trị về mặt nghệ thuật, đồng thời ghi nhận sự phát triển của kĩ thuật chế tác tại Việt Nam.

Thứ hai, mộc bản là những bản gỗ khắc chữ Hán Nôm ngược, từ đó làm bản mẫu để in các sách phổ biến dưới triều Nguyễn. Tài liệu này gồm khoảng 1.935 quyển sách và chia thành chín chủ đề: lịch sử, địa lí, quân sự, pháp chế, văn thơ, tôn giáo – tư tưởng – triết học, ngôn ngữ – văn tự, chính trị – xã hội, văn hoá – giáo dục.

TIP!

Theo + 명사
근거나 출처를 제시할 때 사용하며 '~에 따라', '~에 의해' 등으로 해석한다.

Thứ ba, đây là tài liệu đặc biệt quý hiếm

TIP!

toàn là
전체를 가리키는 의미로 사용되어 '모두', '전부'로 해석한다.

do giá trị về mặt nội dung và đặc trưng về phương pháp chế tác, cũng như các quy định rất nghiêm ngặt của triều đình phong kiến về việc ấn hành và san khắc. Để chế tác mộc bản, phải có sự cho phép của vua, trải qua các quy trình dâng sớ – soạn thảo – kiểm tra nội dung – phê duyệt – chế tác. Đây là quy trình khá minh bạch, chặt chẽ và hệ thống.

Thứ tư, thợ chế tác tài liệu mộc bản toàn là thợ chạm khắc giỏi nổi tiếng trong cả nước. Các chữ được khắc lên mộc bản đều chứa đựng tất cả tâm huyết của mỗi người thợ. Vì vậy, mỗi tấm mộc bản không những là một trang tài liệu quý giá mà còn là một tác phẩm nghệ thuật độc đáo.

Thứ năm, tài liệu mộc bản tập hợp nhiều tác phẩm quý hiếm như: *Đại Nam thực lục, Đại Nam nhất thống chí, Khâm định Việt sử thông giám cương mục, Khâm định Đại Nam hội điển sự lệ*… ngoài ra, còn có các tác phẩm văn học do các vị hoàng đế nổi tiếng triều Nguyễn như Minh Mạng, Thiệu Trị, Tự Đức sáng tác.

Chính vì những yếu tố độc đáo như trên, ghi chép lại các chính văn và hoạt động của cả một triều đại cũng như các nhân vật lịch sử tiêu biểu mà mộc bản được xem là một trong những công trình đáng tự hào của người Việt Nam. Đồng thời, đây cũng là tư liệu quý giá để nghiên cứu lịch sử và văn hoá Việt Nam thời cận đại.

Từ vựng mới

ấn hành 인쇄하다
chặt chẽ 빈틈없는
chế tác 제작하다, 창안하다
chuẩn mực 기준, 표준
công danh 공명한
kinh điển 경전
khắc 파다, 조각하다
luật lệ 법률과 규칙
lưu truyền (후세에) 전하다
minh bạch 명백한
mộc bản 목판
nghiêm ngặt 엄격한, 철저한
quý hiếm 귀한, 희귀한
soạn thảo 작성하다, 편집하다

Ngữ pháp

❶ A chứ không B

A를 강조하고 B를 부정하는 구문으로, 'A이지 (아직) B는 아니다'로 해석한다.

구문	예문
주어 + 형용사 1 + [chứ không / chứ chưa] + 형용사 2	Bài tập hôm nay dễ **chứ không** khó. 오늘 숙제는 쉬운 것이지 어려운 것이 아니다.
	Trời sắp tạnh mưa **chứ chưa** tạnh hẳn. 비가 그칠 것이지 아직 그친 게 아니다.
주어 + 동사 1 + [chứ không / chứ chưa] + 동사 2	Tôi gặp cô Mai **chứ không** gặp cô Hoa. 나는 마이 선생님을 만났지 호아 선생님을 만난 것이 아니다.
	Tôi mới viết xong bài này **chứ chưa** viết xong bài kia. 나는 이 숙제를 끝냈지 저 숙제를 끝낸 것이 아니다.
주어 + là + 보어 1 + chứ không phải là + 보어 2	Anh Tuấn là giáo viên **chứ không phải là** hoạ sĩ. 뚜언 씨는 선생님이지 화가가 아니다.
	Tôi là người Hàn Quốc **chứ không phải là** người Đức. 나는 한국 사람이지 독일 사람이 아니다.

❷ cả A lẫn B

A와 B 모두를 포함한다는 의미로, 'cả A và B'로 사용할 수 있으며, B 뒤에 부사 **đều**(모두, 전부)를 넣어 사용할 수 있다.

성분	구문	예문
주어	Cả 주어 1 + lẫn 주어 2 + (đều) + 동사	**Cả** chị ấy **lẫn** anh ấy (đều) là sinh viên. 그녀와 그 (모두) 대학생이다.
	Cả 주어 1 + và 주어 2 + (đều) + 동사	**Cả** tiếng Việt **và** tiếng Anh (đều) không dễ. 베트남어와 영어 (모두) 쉽지 않다.
목적어	주어 + 동사 + cả 명사 1 + lẫn 명사 2	Chị ấy uống **cả** nước **lẫn** cà phê. 그녀는 물과 커피를 마셨다.
	주어 + 동사 + cả 명사 1 + và 명사 2	Tôi đọc **cả** báo tiếng Hàn **và** tiếng Pháp. 나는 한국 신문과 프랑스 신문을 읽는다.

❸ mãi mà (vẫn) không/chưa

기대하고 소망했으나 이루어지 않(았)음을 표현하며, '계속 ~했지만 (여전히) 안 되었다'로 해석한다.

주어 + 동사 1 + mãi mà (vẫn) không + 동사 2	Tôi tìm **mãi mà không** nhớ để mũ của tôi ở đâu. 나는 계속 찾았으나 내 모자를 어디에 두었는지 기억하지 못했다.
주어 + 동사 1 + mãi mà (vẫn) chưa + 동사 2	Anh ấy mua **mãi mà vẫn chưa** mua xe máy mới. 그는 계속 사기를 원했으나 새 오토바이를 아직 못 샀다.

Luyện tập

1. Tìm từ ngữ thích hợp và điền vào chỗ trống trong những câu sau.

ăn vặt đậm đà lưu truyền yên bình biên soạn chuẩn mực khủng khiếp

1) Hôm qua cô ấy đã có một giấc mơ rất ________.
2) Truyện cổ tích được ________ qua nhiều thế hệ.
3) Thơ của Yoon Dongju ________ màu sắc dân tộc.
4) Bút pháp của nhà văn ấy đã trở thành ________ cho các hậu bối.
5) Tôi thích bầu không khí ________ của nhà bà ngoại tôi ở vùng quê.
6) Người Hàn Quốc thường ________ bằng món Bungeobbang hoặc Eomuk.
7) Nhà xuất bản đó nổi tiếng về phong cách ________ chuyên nghiệp và hiện đại.

2. Sử dụng cấu trúc "Cả A lẫn B" để trả lời các câu hỏi sau.

1) Q: Chị ấy thường đọc gì?
A: ____
그녀는 주로 소설과 신문 모두 읽습니다.

2) Q: Em Lan học sáng hay chiều?
A: ____
그 아이는 아침과 오후에 모두 공부합니다.

3) Q: Người Việt Nam thích phở hay bún?
A: ____
베트남 사람은 퍼와 분 모두 좋아합니다.

4) Q: Tiếng Anh và tiếng Nhật, tiếng nào khó hơn?

A: ______________________________

영어와 일본어 모두 어렵습니다.

5) Q: Thời tiết hôm nay mát hơn hôm qua phải không?

A: ______________________________

아니요, 어제와 오늘 모두 덥습니다.

3. Sử dụng cấu trúc "A chứ không (phải là) B" hoặc "A chứ chưa B" để hoàn thành các câu sau.

1) em / học xong / từ mới / ngữ pháp

2) trời / nắng đẹp / mưa

3) cô Mai / ca sĩ / luật sư

4) tôi / ông ấy / biết / gặp lần nào

5) Anh Tú / xem / bóng rổ / bóng đá

4. Sử dụng cấu trúc "mãi mà không / chưa" viết lại các câu sau bằng tiếng Việt.

1) 나는 계속 찾았으나 열쇠를 어디에 두었는지(để) 기억이 나지 않는다.

2) 그녀는 계속 원했으나 미국으로 아직 공부하러 가지 못했다.

3) 나는 계속 기다렸으나 Linh에게 편지를 받지 못했다.

4) 나는 계속 기다렸으나 내 동생은 답을 하지 않았다.

5) 그는 계속 찾았으나 아직 새 컴퓨터를 사지 못했다.

5. Dựa vào bài hội thoại và bài đọc hiểu, hãy trả lời các câu hỏi sau.

Phần 1

1) Bún bò Huế là món ăn như thế nào?

2) Vì sao Yuna quyết định đi Huế - miền Trung?

3) Yuna đã đi thăm quan những nơi nào tại Huế?

4) Yuna và Sơn đã đi thăm quan Huế bằng phương tiện gì?

5) Bánh bột lọc và bánh bèo là món ăn như thế nào? Hãy thử miêu tả về hai món ăn này.

Phần 2

1) Giá trị của mộc bản triều Nguyễn là gì?

2) Mộc bản triều Nguyễn bao gồm những gì?

3) Hiện tại mộc bản triều Nguyễn đang được lưu giữ ở đâu?

Hàn Quốc có di sản tư liệu thế giới nào khá giống với Mộc bản triều Nguyễn không? Hãy giới thiệu về di sản tư liệu thế giới đó của Hàn Quốc.

bữa ăn thứ 5

MENU

mì Quảng

bánh hoa hồng trắng
(white rose)

chè Huế

5

Chuyến đi bất ngờ đến Hội An

mì Quảng

Sau một giấc ngủ sâu và ngon lành, hôm nay nó thức dậy rất sớm lúc 5 giờ sáng. Thế là nó quyết định tản bộ ra cầu Tràng Tiền và ngắm nhìn sông Hương lúc rạng sáng bình minh. Thành phố Huế điểm nào cũng yên bình, nhưng càng vào buổi sáng sớm càng trầm mặc đến lạ. Có hẹn cùng đi tham quan lăng Khải Định với Sơn, nó trở về khách sạn để chuẩn bị. 8 giờ sáng, hai đứa lên xe máy và xuất phát. Lăng Khải Định thu hút du khách không phải chỉ vì kiểu kiến trúc kết hợp vật liệu Việt Nam và phương Tây mà còn vì vị trí thuận tiện di chuyển từ trung tâm Huế.

Thật vậy, nó rất ấn tượng với sự đối lập giữa các bức tường xám phủ đầy rêu phong bên ngoài và sự tráng lệ của nội thất bên trong lăng.

Kết thúc hai tiếng tham quan, Sơn và nó đi đến chợ Đông Ba để ăn trưa và thưởng thức chè Huế mát lạnh. Nó quyết định ghé vào một quầy bán mì Quảng ngay khi nhìn thấy tô mì có cách trang trí lạ mắt. Sơn bảo rằng mì Quảng là món ăn xuất phát từ Quảng Nam nhưng nổi tiếng đến mức được yêu thích và có mặt trên khắp Việt Nam.

TIP!

Thật vậy
문장 첫머리에서 앞에 나온 내용이 사실임을 강조할 때 사용하는 표현으로, '정말로'라는 뜻이다.

bánh đa
두꺼운 종류의 라이스페이퍼로, 굽거나 튀겨서 먹는 용도로 쓴다.

Khác với mì Hàn Quốc, mì Quảng làm bằng bột gạo, sợi mì bằng phẳng và có màu vàng từ củ nghệ. Món ăn này cũng khá đặc biệt vì nước dùng ít hơn các loại mì nước khác, không hẳn là mì trộn khô nhưng cũng không hẳn là mì nước. Mì Quảng ăn kèm với các loại rau thơm, bắp cải, tiêu xanh, tôm, thịt lợn hoặc thịt gà, trứng... Điểm khác biệt rõ rệt là món mì này được trộn kèm với bánh đa nướng bùi bùi béo béo.

Như hiểu được suy nghĩ của nó, Sơn đề xuất lịch trình bất ngờ đến Hội An, vùng đất của mì Quảng và nhiều món ăn độc đáo khác. Thế là nó quyết định thay đổi lịch trình, đặt vé xe đến đó vào 3 giờ chiều. Còn Sơn có việc bận nên sẽ xuất phát vào sáng hôm sau.

bánh hoa hồng trắng
(white rose)

TIP!

oanh tạc ẩm thực
'요리를 폭격하다', 즉 '먹어 보기로 하다'의 의미다.

Sau gần 3 tiếng di chuyển, nó có mặt tại phố cổ Hội An khi trời đã dần tối. Khách sạn nó ở nằm sát sông Thu Bồn, ngắm cảnh phố cổ về đêm rất lãng mạn. 7 giờ, nó tìm đến chợ đêm Nguyễn Hoàng, chợ đêm nhộn nhịp nhất phố cổ để oanh tạc ẩm thực nơi này. Món đầu tiên nó chọn dĩ nhiên là món bánh bao bánh vạc, đặc sản "bản quyền" của Hội An. Món này còn được gọi với cái tên mĩ miều là bánh hoa hồng trắng (white rose), ra đời cách đây 130 năm do một gia đình người Hoa sáng tạo.

Tương tự như dimsum hay mandu, bánh có nhân tôm thịt và ăn kèm với nước mắm pha loãng. Cách làm món ăn vô cùng tỉ mỉ, yêu cầu phải tạo lớp vỏ bánh thật mỏng, bánh bao nặn hình cánh hoa hồng, còn bánh vạc thì nặn giống hình quai vạc. Quyết định đến Hội An sớm của nó thật sự vượt ngoài mong đợi, món ăn đầu tiên tại đây thực sự thoả mãn cả thị giác lẫn vị giác. Ngoài ra, không khí nhộn nhịp người qua lại, ánh đèn lồng Hội An ấm áp càng làm buổi tối nay trở nên đáng nhớ. Vì vậy, nó nhất định phải ghi chép lại sự kiện này để quay lại cùng gia đình hoặc bạn bè vào lần sau.

Từ vựng mới

bản quyền 저작권, 특허권
bằng phẳng 동등한, 평평한
đề xuất 제안하다, 제출하다
ghé vào 거치다, 들르다
không hẳn (là) 반드시 그런 것은 아니고
lớp vỏ 껍질, 겉꺼풀
mì trộn khô 비빔면
mĩ miều 보기 좋은, 아름다운
nặn 모형을 만들다
ngay khi 즉시, ~하자마자
nhộn nhịp 활기찬, 생기 넘치는
oanh tạc 공습하다, 폭격하다
pha loãng 묽게 하다, 희석하다
phủ đầy 깔리다, 커버하다
rạng sáng 미명, 첫새벽
rêu phong 이끼 낀
sát 가까운, 근접한
sợi mì 면발
(sự) tráng lệ 웅장한
trầm mặc 고요한, 침묵의

Chè Huế

Ở Việt Nam, mọi người thường so sánh "Hà Nội có 36 phố phường thì Huế có 36 món chè". Từ đó có thể thấy chè Huế là món ăn đặc biệt và không thể bỏ qua khi đến vùng đất cố đô Phú Xuân. Chè Huế có xuất xứ từ cung đình Huế xưa, khi gia đình hoàng gia bắt đầu ăn chè, giới bình dân cũng bắt đầu học theo. Các loại chè Huế độc đáo và đa dạng với hai phong cách dân dã và cung đình nhưng đều có điểm chung là cách nấu vô cùng tỉ mỉ. Chè cung đình cầu kì từ cách chế biến cho tới cách thưởng thức, còn chè theo phong cách dân dã, với tên gọi là chè hẻm, thì đơn giản và bình dị hơn. Chè cung đình gồm có chè sen, chè thịt heo quay, chè long nhãn...

Trong đó, chè bột lọc heo quay là món tráng miệng độc đáo vì có nguyên liệu heo quay mặn mặn, vị ngọt của đường, cay cay của gừng, ăn nóng hoặc lạnh. Chính sự kết hợp hương vị một cách kì lạ này khiến món ăn có thể hơi

TIP!

chè thịt heo quay
구운 돼지고기 쨰. 일반적으로 'chè bột lọc heo quay' 또는 'chè thịt quay'라고 한다.

TIP!

đáng nếm thử

'đáng + 동사'는 '~할 가치가 있다', '~할 만하다'의 의미로 사용한다.

kén thực khách, nhưng ai đã thích thì sẽ thấy thực sự đáng nếm thử. Còn chè hẻm dân dã có chè bắp, chè khoai môn, chè bột lọc bọc đậu phộng... mang đến những mùi hương bình dị của đồng lúa, ruộng ngô...

Nếu như chè Hà Nội mộc mạc, hương thơm thoang thoảng, chè Sài Gòn đậm ngọt, béo ngậy, đa dạng phong phú thì hương vị của các loại chè Huế vừa đậm đà vừa thanh tao. Đặc trưng này cũng giống như nét duyên của vùng đất này vậy, là sự giao thoa của hai miền Nam và Bắc, vừa có chút trầm lặng nhưng vừa có sức sống mãnh liệt, vừa nghèo khổ nhưng cũng rất sang, khiến du khách nếm thử một lần sẽ lưu luyến khó quên.

Đặt chân đến Huế mà chưa thử ngồi trong một hẻm nhỏ, vừa thưởng thức một món chè Huế vừa ngắm nhìn Huế mộng mơ thì chuyến đi của bạn sẽ chưa được xem là trọn vẹn đâu!

Từ vựng mới

béo ngậy 기름진
heo quay 통으로 구운 돼지고기
kén 고르다, 선택하다
lưu luyến 애착을 가지다
mãnh liệt 격렬한
mộc mạc 순박한, 질박한
mộng mơ 꿈같은
nếm thử 맛보다, 시식하다
thanh tao 고귀한, 반듯한
thoang thoảng (향기가) 감돌다
thực khách 식객, 손님
trầm lặng 조용한, 침묵의
tráng miệng 후식, 디저트
trọn vẹn 전부, 전체적으로
xuất xứ 기원, 유래

Ngữ pháp

❶ 명사 + nào cũng + 동사

'từ để hỏi(의문사) + cũng'과 유사한 문형이며, '어떤 ~나 ~하다(모든 ~는 ~하다)'로 해석할 수 있다.

1) 긍정문

명사 + nào cũng + 동사	Người nào cũng thích cô ấy. 모든 사람이 그녀를 좋아한다. (= **Ai cũng** thích cô ấy.)
	Vào mùa xuân, chỗ nào cũng có hoa. 봄에는 어디에나 꽃이 있다. (= (**Ở**) **đâu cũng** có hoa.)
명사 + nào + 주어 + cũng + 동사	Năm nào tôi cũng sang Việt Nam. 매년 나는 베트남에 간다. (= **Năm nào cũng** tôi sang Việt Nam.)
	Ngày nào tôi cũng thức dậy lúc 7 giờ sáng. 매일 나는 아침 7시에 일어난다. (= **Hàng ngày** tôi thức dậy lúc 7 giờ sáng.)

2) 부정문

không + 명사 + nào + 동사 + cả	Mùa này không chỗ nào có hoa cả. 이 계절에는 어디에도 꽃이 없다.
	Bố tôi không ngày nào thức dậy muộn cả. 내 아버지는 매일 늦게 일어나지 않으신다.
	Trong giờ học, không sinh viên nào nói chuyện cả. 수업 시간에 학생들은 말하지 않는다.

❷ càng A càng B

시간에 따라 상태, 상황, 성질이 바뀌었을 때 사용하며, 'A할수록 B하다'로 해석한다.

주어 + càng + 동사 / 형용사 + càng + 동사 / 형용사	Thời tiết càng nóng càng khó chịu. 날씨가 더울수록 불편하다.
	Ông bà tôi càng già càng yếu. 내 조부모님은 나이가 들수록 약해지신다.
	Tôi thấy càng học tiếng Việt càng thú vị. 나는 공부할수록 베트남어가 재미있다.

❸ ngày càng / càng ngày càng

부사구로 시간이 흐름에 따라 상태, 상황, 성질이 바뀌었을 때 사용한다. '나날이', '점점' 등으로 해석하며, 문장 끝에 hơn을 사용할 수 있다.

주어 + ngày càng + 동사/형용사	Thời tiết ngày càng lạnh hơn. 날씨가 점점 더 추워지고 있다.
	Con chó nhà tôi ngày càng dễ thương hơn. 내 강아지는 나날이 더 귀여워지고 있다.
주어 + càng ngày càng + 동사/형용사	Tiếng Việt của em ấy càng ngày càng tiến bộ. 그 아이의 베트남어가 나날이 좋아지고 있다.
	Bố tôi càng ngày càng béo ra. 내 아버지는 점점 더 살이 찌고 계신다.

❹ không phải chỉ vì A mà còn vì B

'~한 것은 A와 B 때문이다'로 해석하며, 문장 끝에 nữa를 같이 사용할 수 있다.

주어 + 동사 + không phải chỉ vì A mà còn vì B	Tôi đến muộn không phải chỉ vì tắc đường mà còn vì tôi đi nhầm đường (nữa). 내가 늦게 도착한 것은 교통 체증뿐만 아니라 내가 길을 잘못 들었기 때문이다.
	Gia đình tôi đi du lịch Việt Nam không phải chỉ vì giá cả rẻ mà còn vì phong cảnh rất đẹp. 내 가족이 베트남에 여행을 가는 것은 가격이 저렴할 뿐만 아니라 풍경이 아름답기 때문이다.

❺ đến mức / đến nỗi

하나의 행동이 높은 수준에서 실행되거나 상태, 성질이 높은 수준에 이르러서 (완전히) 다른 결과를 초래할 때 사용하며, '그래서'라고 해석할 수 있다.

구조	예문
주어 + 동사/형용사 + đến nỗi/đến mức + 주어 + 동사/형용사	Thời tiết thay đổi nhanh **đến nỗi** ai cũng ngạc nhiên. 날씨가 빠르게 변화해서 사람들이 놀랐다.
	Anh ấy nói nhiều **đến mức** mọi người đều thấy khó chịu. 그 사람이 말을 많이 해서 모든 사람이 견디기 어려워했다.
	Bọn trẻ con xem phim hoạt hình say sưa **đến nỗi** quên cả ăn. 아이들은 만화 영화에 푹 빠져서 먹는 것을 잊어버릴 정도였다.
	Cô ấy bất lịch sự **đến mức** đi vào nhà không chào ai. 그녀는 예의가 없어서 집에 들어와서 누구에게도 인사를 하지 않았다.

주어가 같은 경우 그중 하나를 생략할 수 있다.

Bài 5

Luyện tập

1. Tìm từ ngữ thích hợp và điền vào chỗ trống trong những câu sau.

di chuyển	đề xuất	lưu luyến	thu hút	bình dị	nhộn nhịp	thoang thoảng

1) Cô ấy bồi hồi __________ trong ngày tiễn bạn trai đi nhập ngũ.
2) Sau khi nghỉ việc, cô ấy tận hưởng cuộc sống __________ ở Jeju.
3) Ra đa quân đội phát hiện một máy bay lạ đang __________ vào hải phận.
4) Hương thơm _________ của nhang trầm toả khắp chính điện chùa Hương.
5) Giám đốc ____________ một cuộc họp toàn công ti chẩn cấp vào chiều nay.
6) Bánh mì Việt Nam _____________ rất nhiều người trẻ Hàn Quốc tìm mua và thưởng thức.
7) Ngày Tết, đường phố Việt Nam _____________ với cảnh mua sắm hoa Tết, quất, quần áo Tết.

2. Sử dụng cấu trúc "không phải chỉ vì A mà còn vì B" hoàn thành các câu sau.

1) chị ấy / mệt / trời nóng / làm việc căng thẳng

2) anh ấy / thi đỗ vào trường này / thông minh / chăm học

3) ngôi nhà này giá cao / thiết kế đẹp / địa điểm thuận tiện

4) ông ấy giàu / được thừa kế tài sản / biết kinh doanh giỏi

5) em Mai / buồn / đến lớp muộn / bị mất điện thoại

3. Sử dụng cấu trúc "đến mức / đến nỗi" hoàn thành các câu sau.

1) tôi / trời nóng / không ngủ được

2) đường đông / không di chuyển được

3) bài tập này / tôi / khó / không hiểu

4) gió to / nhiều cây / bị đổ

5) tôi / món ăn này cay / vừa ăn vừa uống nước

4. Sắp xếp thứ tự từ vựng phù hợp để hoàn thành các câu sau.

1) con tôi / cao / ngày càng / lên

2) càng / trời / mưa / càng / lạnh

3) công việc / tôi / ngày càng / của / phức tạp

4) về / Việt Nam / chúng tôi / càng ngày càng / hiểu / nhiều / hơn

5) càng / anh ấy / đi / hiểu / nhiều / phong tục / Việt Nam / Việt Nam / càng / về

5. Dựa vào bài hội thoại và bài đọc hiểu, hãy trả lời các câu hỏi sau.

Phần 1

1) Vì sao Yuna định đi Hội An?

2) Yuna đã làm gì sau khi đến Hội An?

3) Yuna đã làm gì vào buổi sáng tại Huế?

4) Mì Quảng được miêu tả là món ăn như thế nào?

5) Bạn hãy giải thích cụ thể về bánh "white rose".

Phần 2

1) Chè Huế có mấy loại? Sự khác nhau giữa các loại chè đó là gì?

2) Chè Hà Nội, chè Huế và chè Sài Gòn khác nhau như thế nào?

Nếu giới thiệu về một phố cổ của Hàn Quốc cho bạn bè Việt Nam, bạn sẽ chọn địa điểm nào? Vì sao?

bữa ăn thứ 6
menu

cao lầu

nem lụi

bánh bao

cơm cháy Ninh Bình

6

Ăn sập Hội An

cao lầu

Yuna	Sơn, cậu đến Hội An lúc mấy giờ?
Sơn	Mình đến lúc 9 giờ sáng. Thời tiết hôm nay đẹp thế, quá tuyệt để thăm thú ngắm cảnh.
Yuna	Thế hôm nay cậu định đưa mình đi đâu?
Sơn	Tụi mình sẽ thuê xe đạp tham quan các địa điểm ở Hội An, "ăn sập" Hội An luôn nhé!
Yuna	"Ăn sập" có nghĩa là gì vậy?
Sơn	Là ăn cho bằng hết món ngon ở Hội An đấy! Nhỡ sau này cậu không có thời gian quay lại thì không phải tiếc nuối nhé!
Yuna	Ừ, thế thì bây giờ mình ghé vào đâu đó mua đồ uống mang theo

trước đã nhé. Mình muốn nếm thử món trà Mót Hội An.

Sơn Ôi, sao cậu biết quán nước đó hay vậy? Dạo này món trà thảo mộc ở đó đang rất thịnh hành.

Yuna Hôm qua mình thấy trên blog. Quán nằm gần chùa Cầu, cũng tiện tham quan.

Sơn Nhất trí nhé! Mình sẽ mua thêm một li tào phớ nữa.

TIP!

trà Mót Hội An

국화, 나한과, 녹차, 연잎 등과 레몬, 레몬그라스, 꿀을 조합한 허브티로, 몸을 해독하고 정화해 준다.

cao lương mĩ vị

고량진미(膏粱珍味), 값지고 맛있는 요리

Bài 6

(Đạp xe một vòng phố cổ, tham quan Hội quán Phúc Kiến, chợ Hội An, dừng chân ở quán cao lầu Thanh)

Yuna Sơn này, cao lầu nhìn giống mì Quảng nhỉ? Nó có xuất xứ từ món ăn Trung Quốc phải không?

Sơn Cao lầu là món ăn kết hợp giữa món udon của Nhật và món mì của người Hoa, nhưng sợi mì làm từ bột gạo. Khác với mì Quảng, sợi mì cao lầu có màu trắng đục, hình trụ tròn, có độ dày như sợi mì udon, ăn kèm với thịt xá xíu và cách nấu thì phức tạp hơn. Món ăn này đã xuất hiện ở Hội An từ thế kỉ 17, khi có nhiều thương nhân nước ngoài đến Hội An giao thương.

Yuna Thế tên gọi "cao lầu" có ý nghĩa gì?

Sơn Cao là từ Hán nghĩa là cao lương mĩ vị, còn lầu là gác lầu, vì ngày xưa chỉ có người giàu mới có thể ngồi trên lầu 2 thưởng thức món ăn này.

Yuna Cao lầu ở quán này ngon lắm! Nhưng mình vẫn chưa no, tụi mình đi ăn thêm cơm gà được không?

Sơn Cậu ăn hết món này đến món khác như thế có sao không? Thế thì đi đến phố cơm gà ở Phan Chu Trinh, cậu tha hồ lựa chọn nhé.

Yuna	Chuyện nhỏ! Xong rồi tụi mình vào quán cà phê Faifo ngồi nghỉ ngơi ngắm cảnh rồi đạp tiếp là vừa.
Sơn	Ừ, tầm chiều đạp xe dọc bờ sông ngắm hoàng hôn rồi mình sẽ dẫn cậu đi ăn nem lụi ngon bá cháy!
Yuna	Tuyệt!

Từ vựng mới

độ dày 두께
giao thương 거래, 교역
tiếc nuối 안타까운, 유감스러운
thịnh hành 유행하다
thương nhân 사업가, 무역업자
trắng đục 유백색의
trụ tròn 원주, 원기둥

Nem lụi

Khi đến bất cứ nơi nào tại miền Trung Việt Nam, bạn cũng có thể tìm thấy món nem lụi, một món ăn dân dã của khu vực này. Trong đó, món nem lụi của Huế được biết đến nhiều nhất. Ngoài nguyên liệu chính là thịt lợn xay, bì lợn, giò sống, các gia vị cơ bản, nem lụi Huế còn có một nguyên liệu đặc biệt là dầu điều. Chính dầu điều giúp món nem lụi Huế có màu sắc và mùi hương hấp dẫn hơn. Nem được xiên vào đũa tre, và quá trình này gọi là "lụi" nên người ta gọi món ăn này là "nem lụi". Hỗn hợp thịt xay được ướp gia vị rồi bọc quanh một thanh đũa tre hoặc cây sả, mỗi thanh như vậy được gọi là một lụi. Ngoài ra còn có một cách hiểu khác

TIP!

Chính + 명사 + 동사
'정말로 ~은 ~하다'의 의미를 나타내는 표현이다.

thanh
젓가락처럼 길고 얇은 것에 붙는 분류사

TIP!

khế
비타민 C가 풍부한 스타프루트(Star fruit)로, 베트남에서는 다양한 요리의 재료로 사용된다.

về nghĩa của từ "lụi" là "việc xiên que tre nhỏ qua miếng nem hoặc chả rồi nướng trên bếp than".

Để ăn nem lụi đúng cách, bạn phải ăn kèm với các loại rau sống, quả vả, khế, dứa, chuối xanh, bánh tráng và nước chấm. Nguyên liệu quả vả là điểm đặc sắc chỉ có trong món nem lụi Huế. Nước chấm của nem lụi Huế cũng khác biệt từ tên gọi. Không nơi nào gọi nước chấm nem lụi là "nước lèo" như ở Huế. Nước lèo này được chế biến khá phức tạp với rất nhiều nguyên liệu như gan lợn, nước mắm, đường, đậu phộng xay nhuyễn... và có vị vừa đậm đà vừa béo béo.

Cách ăn món nem lụi cũng khác so với các món cuốn thông thường. Bạn phải xếp các loại rau sống lên trước rồi đặt xiên nem trên phần rau sống, sau đó xếp thêm một lớp rau nữa lên trên nem, cuốn tròn cho chặt. Tiếp theo, dùng một tay giữ cuốn nem, tay còn lại rút xiên ra. Như thế thì bánh tráng mới không bị rách vì nem nóng. Vì đây là món ăn dùng nóng ngay khi vừa chế biến xong nên người dân địa phương Huế thường bảo thời điểm thích hợp nhất để ăn nem lụi là vào buổi chiều hoặc tối cho ấm bụng. Những khi trời se se lạnh, thật là tuyệt nếu bạn thử dừng chân tại một quán nem lụi và thưởng thức món ăn đa vị nóng hổi toả mùi khói thoang thoảng. Có lẽ bạn sẽ phần nào cảm nhận được nét duyên dân dã của món ăn Huế này.

Từ vựng mới

bì lợn 돼지껍질
cây sả 레몬그라스
hỗn hợp 섞다, 혼합하다
mùi khói 냄새
quả vả 무화과
(bị) rách 터지다, 찢어지다
rút 뽑다
toả 피다, 피어오르다
xay (nhuyễn) 분쇄하다
xiên 꼬치, 꿰다

Ngữ pháp

❶ nhỡ A thì B

하나의 조건(A)이 발생하면 그에 따른 결과(B)가 발생함을 나타내며, A와 B에는 동사, 형용사, 절(주어 + 동사)이 올 수 있다.

nhỡ + 동사 + thì + 동사	Chị mang ô đi, **nhỡ** mưa **thì** dùng ô này. 우산을 갖고 가서 비가 오면 사용하세요.
nhỡ + 주어 + 동사 + thì + 주어 + 동사	Tôi chờ ở ngoài thôi, **nhỡ** bạn Hùng không đến **thì** về ngay. 나는 밖에서 기다리다 훙이 오지 않으면 바로 가려고 합니다.

❷ hết A đến B

① A가 끝난 후 바로 B가 이어짐을 나타내며, A와 B에는 명사, 동사, 형용사가 올 수 있다.

hết + 명사 + đến + 명사	Em ấy ăn **hết** bánh **đến** xôi. 그 아이는 빵을 먹자마자 찹쌀밥까지 먹었다.
hết + 동사 + đến + 동사	Mai **hết** học tiếng Anh **đến** học tiếng Hàn. 마이는 영어를 공부하자마자 한국어를 공부한다.
hết + 형용사 + đến + 형용사	Mặt anh ấy **hết** đỏ **đến** tái. 그의 얼굴은 붉어졌다가 창백해졌다.

② hết 뒤에 명사가 올 경우 수량이 많음을 강조하는 의미를 나타내기도 한다.

hết + 명사 + đến + 명사	Anh ấy nói với **hết** bạn này **đến** bạn khác. 그는 이 친구부터 저 친구에게까지 말을 한다.
	Chị Lan mua **hết** hoa hồng này **đến** hoa hồng khác. 란은 이 장미부터 저 장미까지 모두 산다.

❸ bất cứ A nào ~ cũng B

'명사 + nào cũng + 동사' 구문의 강조로, '모든 ~은 ~하다'라는 의미다. A에는 명사, B에는 동사를 사용한다.

Bất cứ + 명사 nào + 주어 + cũng + 동사	**Bất cứ** món ăn **nào** trong quán ăn này, tôi **cũng** ăn. 나는 이 식당의 모든 음식을 먹었다.
	Bất cứ quyển sách **nào** của nhà văn Nguyễn Tuân, tôi **cũng** thích. 나는 작가 응우옌 뚜언의 모든 책을 좋아한다.

❹ A đã

'~을 먼저 하다'라는 의미로, A에는 동사나 절(주어 + 동사)을 사용한다.

주어 + 동사 + đã	A: Khuya rồi. Con ngủ đi. 늦었네. 얘야 자러 가렴. B: Con làm xong bài tập **đã**. 숙제 먼저 끝내고요.
동사 + đã	A: Cậu ăn món này đi. 이 음식 먹어 봐. B: Uống nước **đã**. 물 먼저 마시고.

Luyện tập

Bài 6

1. Tìm từ ngữ thích hợp và điền vào chỗ trống trong những câu sau.

rút (bị) rách quá trình tha hồ tiếc nuối nhất trí thịnh hành

1) Các điệu nhảy K-Pop hiện đang rất __________ trên thế giới.
2) Rèm cửa sổ __________ nghiêm trọng do cơn bão hôm qua.
3) Bố __________ thẻ ngân hàng trong ví để thanh toán bữa trưa.
4) __________ học một loại nhạc cụ cần rất nhiều thời gian và nỗ lực.
5) Tất cả nhân viên công ti đều ______ về sự điều động nhân sự lần này.
6) Cô ấy __________ vì đã không đi Vịnh Hạ Long trong thời gian du học tại Việt Nam.
7) Đến trung tâm mua sắm ở Myungdong, mọi người __________ mua mĩ phẩm và quần áo đẹp.

2. Sử dụng cấu trúc "hết A đến B" viết lại các câu sau.

anh Tuấn / xem / phim này / phim khác
→ Anh Tuấn xem hết phim này đến phim khác.

1) Cô Lan / đi dự sinh nhật / đi khiêu vũ

2) Anh Minh / nói chuyện / bạn này / bạn khác

3) Thầy Nam / dịch / bài này / bài khác

4) bà tôi / đi dạo / đi mua sắm

5) Cô ấy / rửa bát / dọn phòng mình

3. Sử dụng cấu trúc "nhỡ A thì B" viết lại các câu sau.

mưa / ô / dùng → Nhỡ mưa thì dùng ô.

1) chị ấy – tôi / đến sân bay muộn / nói với / ngay

2) em – tôi / nói với / món này / không đủ / 30 người

3) em / nhớ / mang / bằng lái xe / để / kiểm tra / bị phạt

4) em / bị lạc đường / dùng / bản đồ

5) em / khi đi du lịch / dùng / thuốc / bị cảm

4. Sử dụng cấu trúc "bất cứ A nào ~ cũng B" viết lại các câu sau.

Bài hát nào của Beatles, anh ấy cũng biết.
→ Bất cứ bài hát nào của Beatles, anh ấy cũng biết.

1) Nơi nào em Lan cũng đã đến.

2) Lúc nào anh ấy cũng lạc quan.

3) Bài toán nào nó cũng giải được.

4) Người nào cũng phải học và làm việc.

5) Tất cả những người bạn của chị ấy đều tốt.

5. Dựa vào bài hội thoại và bài đọc hiểu, hãy trả lời các câu hỏi sau.

Phần 1

1) Cao lầu là món ăn thế nào?

2) Vì sao Yuna và Sơn định đi "ăn sập Hội An"?

3) Ý nghĩa của món cao lầu là gì?

4) Bạn hãy giải thích ý nghĩa của từ "ăn sập".

5) Địa điểm Yuna và Sơn định đi ăn cơm gà? Vì sao đến đó?

Phần 2

1) Nem lụi là món ăn thế nào?

2) Mọi người thường ăn nem lụi khi nào? Vì sao?

3) Nguyên liệu đặc biệt của món nem lụi Huế? Vì sao sử dụng nguyên liệu đó?

Ở Hàn Quốc cũng có xu hướng "ăn sập(Mukbang)", bạn có thích "ăn sập" không? Lí do thích hoặc không thích?

Phụ lục

Món ăn tiện lợi

bánh bao

cơm cháy Ninh Bình

Được xem là một trong những "thiên đường ăn vặt" nổi tiếng trên thế giới, rất nhiều món ăn vặt từ món ngọt đến món mặn luôn chờ đón bạn khám phá khi đến Việt Nam.

Cơm cháy Ninh Bình là món ăn ra đời từ cách đây hơn 100 năm. Cơm cháy được làm từ gạo dẻo, canh thời gian tỉ mỉ để có lớp cơm cháy vừa đủ, giữ được mùi gạo thơm, không có mùi khét, sau đó được phơi khô. Cơm cháy Ninh Bình gốc thường được dùng kèm với nước chấm là sốt dê núi Ninh Bình, chỉ riêng địa phương này mới có. Cơm cháy chà bông Ninh Bình là phiên bản biến tấu được đóng gói tiện lợi hơn phù hợp với thị hiếu của thực khách. Cơm cháy chà bông được phủ một lớp ruốc thịt và một loại sốt chua cay. Điểm đặc biệt của cơm cháy Ninh Bình chính là mùi thơm của gạo, độ giòn vừa phải và vị mặn ngọt khá trung hoà, phù hợp với mọi nhà. Đây cũng là đặc sản mọi người luôn tìm mua khi đi du lịch đến Ninh Bình.

Bánh bao cũng là món ăn được "Việt hoá" thành món ăn sáng bình dân hoặc món ăn vặt tiện lợi phù hợp với khẩu vị người Việt. Vỏ bánh được làm từ bột mì, sữa, đường. Nhân bánh có rất nhiều loại đa dạng, nhưng được ưa thích nhất là loại nhân làm từ thịt lợn nạc và mỡ xay nhuyễn, có trứng cút hoặc trứng vịt muối. Tuỳ từng địa phương hoặc tuỳ người bán mà nhân bánh bao có thể có thêm nấm mộc nhĩ, ngò, lạp xưởng… Bánh bao có vỏ bánh mềm, xốp, vị hơi ngọt, phần nhân thịt mằn mặn, giữ được nước cốt thịt không bị khô, còn phần trứng thì bùi bùi. Những mĩ vị này tổng hoà vào nhau giúp món ăn vừa có đủ vị ngon, đủ chất dinh dưỡng nhưng không bị đầy bụng. Bạn có thể dễ dàng tìm thấy nơi bán bánh bao ở khắp các phố phường tại Việt Nam. Bánh bao cũng được xem là biểu tượng của sự trường thọ, sung túc, viên mãn. Vì vậy, bánh bao cũng được sử dụng trong nhiều bữa tiệc hoặc lễ cúng khai trương, bàn thờ tổ tiên của người Việt.

Từ vựng mới

dẻo 고슬고슬한, 부드러운
mùi khét 탄 냄새
phơi khô 말리다
tỉ mỉ 미세한, 세밀한
thị hiếu 취미, 기호
thiên đường 천당, 천국
trứng cút 메추리알
vỏ 껍질, 외피

bữa ăn thứ 7
menu

bún suông

sinh tố rau má đậu xanh

7

Đi bộ khám phá trung tâm Sài Gòn

bún suông

Thời tiết hôm nay se se lạnh thật thích. Chỉ cần cảm nhận tiết trời là biết Tết đang đến rất gần rồi. Quả là một ngày đẹp để bay vào Sài Gòn gặp Haein. Sân bay Tân Sơn Nhất vào những ngày này cũng nhộn nhịp. Người người tranh thủ đi về quê sớm hoặc đi du lịch trước Tết. Ừ nhỉ, chính nó cũng đang đi du lịch còn gì. Không mấy khi có dịp vào Sài Gòn nên nó đã chọn khách sạn ngay trung tâm quận 1 để dễ dàng đi ăn uống tham quan. Từ khách sạn, chỉ mất khoảng hơn 10 phút đi bộ là đến chợ Bến Thành, thánh địa của trái cây và đồ ăn vặt.

Nhận phòng xong, tranh thủ thời gian chờ Haein đến, nó đã kịp gọi một li rau má đậu xanh và bánh tráng trộn giao tận nơi. Đã đến Sài Gòn thì không thể không thử món nước giải khát rau má hoặc rau má đậu xanh, một loại nước ép giúp làm mát cơ thể. Nếu thích vị rau nguyên chất thì bạn có thể gọi rau má không đậu xanh, không nước cốt dừa.

Đúng 2 giờ chiều, Haein có mặt tại sảnh khách sạn, và tour đi bộ một vòng trung tâm Sài Gòn của hai đứa bắt đầu. Hai đứa bắt đầu từ khu vực Nhà thờ Đức Bà và Bưu điện trung tâm Sài Gòn (Bưu điện trung tâm thành phố) ngay cạnh đó. Hai toà nhà là kiến trúc được xây dựng từ thời Pháp thuộc, nhiều lần được trùng tu, thậm chí Bưu điện còn từng được sơn màu tường mới. Nhà thờ Đức Bà nằm ngay trục đường đông đúc giao thông, nhưng chỉ cần vào bên trong, ai ai cũng cảm thấy tĩnh lặng và yên bình trong tâm bởi bầu không khí trang nghiêm.

Ngay cạnh Bưu Điện là đường sách Nguyễn Văn Bình, một trong những điểm đến hấp dẫn nhất của khu vực trung tâm Sài Gòn trong vài năm gần đây. Dạo một vòng đường sách cùng Haein, nó cũng chọn được vài quyển sách thú vị mới xuất bản về văn hoá và lịch sử Việt Nam. Không dễ gì tìm được những quyển sách này tại Hàn Quốc, nó vô cùng phấn khích.

Sau khi tham quan xong Dinh Độc Lập, Haein dẫn nó đến nghỉ chân tại một công viên nhỏ ngay trước toà nhà, công viên 30 tháng 4. Nó chưa kịp hỏi lí do thì một bác gái thoăn thoắt bước đến và đưa cho hai đứa vài tờ báo để lót ngồi dưới đất. Có rất nhiều món ăn vặt và nước giải khát từ cà phê, nước ngọt cho đến bánh tráng nướng, bắp xào trứng muối... Haein gọi món cà phê sữa đá, bắp xào trứng muối và súp cua.

Hoá ra đây là trải nghiệm "Cafe bệt" hay "cafe trải báo" mà Haein từng kể, háo hức bảo nó nhất định phải thử khi đến Sài Gòn. Khu công viên này và khu vực bùng binh hồ Con Rùa gần đó là "thiên đường ăn vặt" cho các bạn sinh viên hoặc các bạn trẻ. Bạn cũng dễ dàng thấy nhiều nhóm hội hướng đạo sinh, câu lạc bộ ngoại ngữ tụ họp ngoại khoá hoặc sinh viên kiến trúc, mĩ thuật đến vẽ tranh vào dịp cuối tuần. Nó hơi ngại vì xe cộ đi lại, nhưng lại thích thú vì cái sức sống năng động

TIP!

nhóm hội hướng đạo sinh
보이스카우트(걸스카우트)의 베트남어 표기

TIP!

sân thượng
루프탑. 영어 'rooftop'을 그대로 사용하기도 한다.

xung quanh, món ăn vừa rẻ vừa ngon hơn kì vọng nữa.

Nắng tắt và trời cũng mát mẻ hơn nhiều, hai đứa chính thức bắt đầu lịch trình "ăn sập chợ Bến Thành". Chắc chắn nó sẽ không thể khám phá hết được tinh hoa ẩm thực của Chợ Bến Thành nếu không có Haein, từ hàng chè hơn 40 năm tuổi, các hàng trái cây tươi roi rói cho đến món bún riêu và bún suông khá độc đáo. Điểm đặc biệt khác với Hà Nội là các món bún ở Sài Gòn thường ăn kèm với rau muống bào, giá đỗ, rau thơm đa dạng. Nước lèo cũng đậm vị và ngọt vị đường hơn miền Bắc và miền Trung. Ẩm thực Sài Gòn là sự du nhập và biến tấu của ẩm thực các vùng miền khác, nhưng đôi khi lại gây thương nhớ không kém món ăn gốc.

Kết thúc một ngày đi bộ ăn uống no say, hai đứa chốt điểm đến cuối cùng là một quán cà phê sân thượng vừa hóng gió mát vừa nhìn ngắm cảnh phố phường về đêm nhộn nhịp. Dù thường xuyên trò chuyện và cập nhật tin tức nhau qua SNS, nhưng được đi dạo phố, tám chuyện cùng cạ cứng Haein của nó cả ngày như thế này thì không còn gì sung sướng bằng.

Tip nhỏ dành cho ai muốn đến Sài Gòn: hãy chọn dịp sát Noel và giáp Tết để thấy thời tiết Sài Gòn cũng dịu mát và đáng yêu như thế nào nhé!

Từ vựng mới

bùng binh 로터리, 회전교차로
cập nhật 당일에, 시대에 맞는
giao tận nơi (장소까지) 배달하다
háo hức 갈망하다, 기대하다
không mấy khi 드물게
nguyên chất 순수한
Nhà thờ Đức Bà 노트르담 대성당
phấn khích 정열적인, 흥분되는
rau muống 공심채
roi rói 생생히
sơn màu 채색하다
thánh địa 성지
thoăn thoắt 경쾌하게
trùng tu 수리하다

Sinh tố rau má đậu xanh

Rau má là một loại thực phẩm khá phổ biến trong đời sống hằng ngày của người Việt Nam. Trong đặc trưng ẩm thực Việt Nam, dường như rau má là loại rau duy nhất có thể dùng làm cả món ăn mặn lẫn món nước giải khát thì phải. Món mặn gồm có canh rau má, gỏi rau má, rau má xào... Món giải khát không thể không nhắc đến chính là món sinh tố rau má. Món giải khát này là một loại thức uống dân dã, khá dễ làm tại nhà và được bán phổ biến ở nhiều hàng quán từ trước đến nay. Tuy nhiên, nó mới chỉ tạo cơn sốt khắp giới trẻ và được xem như món sinh tố quốc dân của Việt Nam trong vài năm gần đây. Trong đó, cơ bản nhất và phổ biến nhất là món sinh tố rau má đậu xanh.

TIP!

Rau má

학명은 센텔라 아시아티카(*Centella Asiatica*)이며, 한국에서는 병풀, 호랑이풀 등으로 불리는 자생 허브의 일종이다.

Món mặn

베트남에서는 흔히 두 가지 기본 맛으로 요리와 디저트를 구분한다. Món mặn(짠 음식)은 메인 요리, 반찬 등 식사를 의미하고, món ngọt(단 음식)은 디저트나 음료를 의미한다.

sinh tố

각종 과일과 연유를 갈아 만든 과일 쉐이크, 스무디

Rau má là một loại rau dễ dàng tìm thấy ở khu vực châu Á Thái Bình Dương. Ở Việt Nam, loại rau này mọc nhiều ở các vùng nông thôn và cũng rất dễ trồng. Đặc điểm quan trọng nhất của loại rau này là tác dụng giải nhiệt cơ thể, làm mát gan nên thường được sử dụng vào những ngày thời tiết nóng bức. Cũng chính vì đặc điểm này nên món sinh tố rau má hoặc rau má đậu xanh được yêu thích quanh năm tại miền Nam. Rau má thường được kết hợp với đậu xanh là vì cả hai loại thực phẩm này đều giúp thanh lọc cơ thể, giải độc và giải nhiệt. Nếu làm sinh tố rau má nguyên chất, nhiều người có thể không thích vị chát chát, đắng đắng của rau má. Nhưng nếu kết hợp với một chút đậu xanh, vị thơm và bùi của đậu xanh sẽ cân bằng được vị chát đắng đó khiến món giải khát trở nên dễ uống hơn. Từ xu hướng này, ngoài đậu xanh, dần dần món sinh tố rau má được pha thêm với nhiều nguyên liệu khác như nước cốt dừa, sữa tươi...

Hầu như các quán sinh tố bình dân hay nổi tiếng tại Sài Gòn đều có thức uống này. Trong vài năm gần đây, tình hình thời tiết ngày càng nắng nóng cộng với xu hướng mọi người ngày càng chú ý đến thực phẩm sạch tốt cho sức khoẻ, sinh tố rau má được đông đảo giới trẻ yêu thích và chọn lựa vì đáp ứng đủ tiêu chí “ngon, bổ, rẻ”. Giá của một cốc rau má dao động trong khoảng từ 5-30 nghìn, rẻ hơn nhiều so với trà sữa hay các loại sinh tố khác. Rau má còn có rất nhiều công dụng tốt cho sức khoẻ như nhiều chất xơ, ít calo, làm đẹp da, giảm cân, tiêu hoá tốt, tăng trí nhớ, giảm căng thẳng... Ngoài ra, sự xuất hiện và biến tấu của rất nhiều món sinh tố rau má mix độc đáo như rau má sầu riêng, rau má đậu xanh macchiato, milk foam, rau má bơ, rau má pudding... cũng khiến thức uống này được nâng tầm, phù hợp thị hiếu giới trẻ và gây được cơn sốt khắp cả nước.

Với nhiều ưu điểm nêu trên cộng với sự cách tân cả về phần vị và phần nhìn, từ vị thế một loại thức uống dân dã truyền thống hơi tẻ nhạt, sinh tố rau má ngày nay được giới trẻ Việt Nam yêu thích không kém gì các loại trà sữa. Đặc biệt, thức uống này đã vượt ra khỏi phạm vi miền

Nam, dần tạo được chỗ đứng và sức hút tại cả khu vực miền Bắc và miền Trung nữa. Sinh tố rau má cũng không còn chỉ quanh quẩn ở bếp nhà hay các quán sinh tố bình dân. Giờ đây, hễ đi dạo một vòng các thành phố lớn như Sài Gòn là bạn có thể dễ dàng bắt gặp các chuỗi cửa hàng nhượng quyền chuyên về sinh tố rau má với nhiều menu đa dạng và rất hợp thời.

TIP!

hễ ~ là ~
조건과 결과의 관계를 표현할 때 사용하며, là 대신 thì를 쓰기도 한다.

Từ vựng mới

giải độc 해독하다
giải nhiệt 열을 내리다
hợp thời 시대에 적합하다, 트렌디하다
pha thêm 섞어서 더하다
phạm vi 범주, 범위
tác dụng 작용하다
tẻ nhạt 지루한, 재미없는
tiêu chí 기준, 표준
thanh lọc 정화하다
thức uống 음료, 마실 것
ưu điểm 장점

Ngữ pháp

❶ A không thể không B

'A는 B하지 않으면 안 된다'의 의미로, '~을 할 수밖에 없다'라는 강조를 나타낸다.

주어 + không thể không + 동사	Bạn ấy nhắn tin nhiều lần rồi, tôi **không thể không** trả lời. 그 친구가 여러 번 문자를 보내서 나는 답장을 하지 않을 수 없었다.
	Lâu lắm rồi chúng không gặp nhau. Hôm nay gặp bạn ở đây, **không thể không** uống cà phê. 우리는 오랫동안 서로 만나지 못했다. 오늘 여기서 너를 만났으니 커피를 마시지 않을 수 없다.

❷ không thể A nếu không B

'B가 없다면 A할 수 없다'의 의미로, B가 명사일 경우 nếu không 대신 nếu thiếu를 사용한다.

주어 + không thể + 동사 + nếu không + 동사	Chúng tôi **không thể** đi Đà Lạt **nếu không** có chị ấy cùng đi. 우리는 그녀 없이는 달랏에 갈 수 없었다.
주어 + không thể + 동사 + nếu thiếu + 명사	Con người **không thể** sống **nếu thiếu** không khí. 인간은 공기가 없다면 살 수 없다.

'Nếu không B, 주어 + không thể A'로도 사용할 수 있다.

❸ dường như A thì phải

'~인 것 같다'로 해석하며, dường như 대신 hình như 또는 giống như를 사용할 수 있다.

dường như + 주어 + 동사 / 형용사 + thì phải	Cuối cùng, **dường như** mùa xuân cũng đến **thì phải**. 마침내 봄이 온 것 같다.
	Anh ấy **dường như** là người Mỹ **thì phải**. 그는 미국 사람인 것 같다.
	Quyển sách đó **dường như** hơi đắt **thì phải**. 그 책은 약간 비싼 것 같다.

Bài 7

❹ trở nên ~

'~이 되다'라는 의미로, trở nên 대신 trở thành을 쓰기도 한다. trở nên 다음에는 형용사를, trở thành 다음에는 명사를 사용한다.

주어 + trở nên + 형용사(+hơn)	Dạo này em bé ấy **trở nên** cao hơn. 요즘 그 아이는 키가 더 크고 있다.
	Tình hình thế giới **trở nên** phức tạp hơn. 세계 정세가 더 복잡해지고 있다.
주어 + trở thành + 명사	Anh ấy **trở thành** bác sĩ sau khi tốt nghiệp đại học. 그는 대학 졸업 후 의사가 되었다.
	Cô ấy (đã) **trở thành** một bà mẹ tốt. 그녀는 좋은 엄마가 되었다.

Luyện tập

1. Tìm từ ngữ thích hợp và điền vào chỗ trống trong những câu sau.

tẻ nhạt tiêu chí giải nhiệt trùng tu thanh lọc thánh địa tranh thủ

1) Cung Gyeongbok đang được _______ với quy mô lớn.
2) Giới trẻ ngày nay cho rằng các bài dân ca khá _______.
3) Hana _______ thời gian di chuyển tàu điện ngầm để nghe sách nói.
4) Mỗi năm có rất nhiều tín đồ Hồi giáo hành hương về _______ Mecca.
5) Người Hàn Quốc thường _______ vào mùa hè bằng món gà hầm sâm.
6) _______ chọn địa điểm du lịch của gia đình này là sự yên tĩnh và gần gũi thiên nhiên.
7) Ngày nay, mọi người ưa chuộng nhiều phương pháp detox để _______ và vệ sinh cơ thể.

2. Sử dụng cấu trúc "A không thể không B" viết lại các câu sau.

nói giỏi một ngôn ngữ / thực hành
→ Muốn nói giỏi một ngôn ngữ, chúng ta không thể không thực hành.

1) đến thư viện / có thẻ thư viện

2) đi du học Đức / làm visa sinh viên

3) giảm cân / tập thể dục và ăn kiêng

4) đến nhà bạn ấy / nhờ tôi dẫn đường

5) đi Hàn Quốc vào mùa đông / chuẩn bị quần áo ấm

3. Sử dụng cấu trúc "không thể A nếu không / thiếu B" viết lại các câu sau.

bạn ấy / khỏi bệnh / uống thuốc đều
→ Bạn ấy không thể khỏi bệnh nếu không uống thuốc đều.

1) chung cư này / bán chạy / quảng cáo

2) chúng tôi / sống ở đây / hệ thống giao thông tốt

3) tôi / vào phòng đọc / thẻ sinh viên

4) kinh tế vùng này / phát triển / sự đầu tư của chính phủ

5) nhà máy ô tô ấy / sản xuất quy mô lớn / công nghệ tiên tiến

4. Sử dụng cấu trúc "hình như A thì phải" viết lại các câu sau bằng tiếng Việt.

1) 그는 배가 아픈 것 같다.

2) 이 컴퓨터는 조금 비싼 듯해요.

3) 이 신발은 꽤 저렴한 것 같다.

4) 어젯밤에 비가 온 것 같아요.

5) 오늘 아침에 바람이 강하게(gió thổi mạnh) 분 것 같다.

5. Dựa vào bài hội thoại và bài đọc hiểu, hãy trả lời các câu hỏi sau.

Phần 1

1) Cafe bệt hay cafe trải báo là gì?

2) Lí do Yuna chọn khách sạn tại Quận 1?

3) Thời điểm phù hợp để đi du lịch Sài Gòn là khi nào?

4) Bạn hãy giải thích về nét riêng của ẩm thực Sài Gòn.

5) Bạn hãy giới thiệu các địa điểm tham quan gần khách sạn mà Yuna chọn.

Phần 2

1) Thức uống rau má có đặc điểm gì?

2) Lí do giới trẻ yêu thích món rau má?

3) Vì sao mọi người sử dụng rau má với các nguyên liệu khác để làm sinh tố?

Có loại thức uống nào mà giới trẻ Hàn Quốc đặc biệt ưa chuộng vì sức khoẻ không? Bạn hãy giới thiệu sơ lược về thức uống đó.

bữa ăn thứ 8
menu

bánh canh chả cá

bánh căn Phan Thiết

8

Thưởng thức hải sản Phan Thiết

bánh canh chả cá

Hiền A lô, Yuna à? Cậu đi chơi Sài Gòn sao rồi?

Yuna A lô, ừ càng khám phá Sài Gòn mình càng thấy thành phố này thú vị. Cậu đang ở nhà à?

Hiền Không, mình đang ngồi quán cà phê thế là nhớ đến cậu. Mình định rủ cậu đi chơi cuối tuần này.

Yuna Cậu vào Sài Gòn chơi à?

Hiền Không, mình định đi Mũi Né ngắm đồi cát lúc bình minh cơ.

Yuna Ôi, nghe có vẻ hay ho đấy. Hình như Mũi Né có sa mạc và biển rất đẹp thì phải?

Hiền Thì đồi cát chính là sa mạc đấy. Thế, cậu muốn đi với mình không? Mình sẽ bay vào Sài Gòn rồi cùng đi với cậu.

Yuna Thế, quyết định vậy nhé!

(Tại một nhà hàng hải sản ven biển ở Mũi Né)

Yuna Ôi, mình không bao giờ nghĩ tour đi xe jeep ngắm mặt trời mọc trên Đồi Cát Trắng, Đồi Cát Đỏ lại hoành tráng đến thế. Màu bình minh tim tím đo đỏ hoà vào màu cát vàng cát trắng, chắc chắn mình sẽ không thể quên. Tất cả là nhờ cậu gợi ý chuyến đi này, có bạn là phượt thủ thật là thích quá!

Hiền Haha, giờ cậu mới thấy thế à? Mà này, mình thấy cậu trượt cát hơi bị chuyên nghiệp nhé!

Yuna Nó cũng giống trò trượt tuyết mùa đông ở Hàn mà mình thường chơi hồi nhỏ. Còn cậu?

Hiền Mình cũng bất ngờ với hồ nước Bàu Sen ngay đồi cát, đẹp ngoài sức tưởng tượng. Suối Tiên cũng hay hay.

Yuna Ừ nhỉ, mình cũng thấy thế. Ôi đói quá, tụi mình gọi món đi!

Hiền Đã đến Mũi Né là phải ăn hải sản này, răng mực nướng này, gỏi cá mai này, bánh canh chả cá nữa.

Yuna Cậu cứ gọi hết đi, mình thích hải sản lắm. Mình nghe nói món răng mực nướng ở Phan Thiết mới là chính gốc.

Hiền Thế, mình gọi nhiều món răng mực cho cậu thử nhé! Nào là răng mực nướng sa tế, rang muối, chiên giòn, xào bơ tỏi, chả cá... Đa phần là kiểu xiên que, ăn kèm với rau răm và bánh đa, lượng cũng không nhiều nên cậu không lo bị no đâu.

Yuna Được đấy! Mình sẽ kiểm chứng món này có giòn, ngọt và béo giống như mọi người tả không.

Hiền Mình có gọi gỏi cá mai nữa, cậu là

TIP!

hơi bị
구어체에서 주로 사용되어, 긍정의 의미를 표현한다.

명사 này, 명사 này ...
'nào là + 명사'처럼 사물을 나열할 때 사용한다.

người Hàn Quốc thì ăn cá sống được phải không? Còn món bánh canh chả cá hay món ăn vặt như bánh tráng nướng mắm ruốc, bánh căn... thì tụi mình đi chợ Mũi Né thưởng thức sẽ ngon hơn.

Yuna Nhất trí. Ồ, hoá ra ở Việt Nam cũng có món gỏi cá sống à? Thế thì mình phải thử mới được.

Hiền Haha, mình mạnh dạn đoán là cậu sẽ thích thôi. Người Hàn gì mà ăn được đủ từ các loại mắm, rau thơm, lòng lợn đủ kiểu. Món gỏi cá sống có rau thơm này là gì đâu. Độc lạ quá thể!

Yuna Haha, chứ sao! Cậu phải thấy vinh dự vì có một đứa bạn dễ thương dễ nuôi như mình nhé!

TIP!

mạnh dạn + 동사
주로 농담조로 사용되며 '과감하게 ~하다'란 의미다.

dễ thương dễ nuôi
'귀엽고 키우기 쉬운'이라는 뜻이지만, 본문에서는 '귀엽고 편식하지 않는'의 의미로 사용하였다.

Từ vựng mới

bình minh 새벽, 여명
chứ sao 당연하지, 그럼 그렇지
đồi cát 모래 언덕
gợi ý 제안하다
hoành tráng 광범위한 규모의
kiểm chứng 증명하다
phượt thủ (배낭) 여행객
sa mạc 사막
trượt cát 모래 썰매

Bánh căn Phan Thiết

Nếu đã từng thưởng thức bánh xèo miền Trung hay bánh khọt miền Nam, bạn không nên bỏ qua món bánh căn Phan Thiết - món ăn vặt quen thuộc của người dân xứ biển Nam Trung Bộ khi đến khám phá vùng đất này. Bánh căn có vẻ ngoài khá giống bánh khọt ở miền Nam nhưng nguyên liệu, cách chế biến, món ăn kèm và cách thưởng thức có nhiều điểm khác biệt. Bánh căn cũng là món ăn quen thuộc ở khu vực miền Trung, nhưng bánh căn Phan Thiết có những điểm độc đáo riêng biệt.

Sở dĩ gọi bánh căn là vì khi chín, chiếc bánh căng phồng, giòn đều ở mặt dưới và mặt trên thì mềm mịn. Người dân địa phương đọc từ "căng" thành "căn", dần dần tên gọi đó trở nên quen thuộc và được sử dụng phổ biến đến ngày nay. Tương tự như bánh khọt hay bánh xèo, bánh căn cũng được làm từ bột gạo rồi được đổ vào trong khuôn. Tuy nhiên, mỗi loại bánh một nét khác biệt, bánh căn được chế biến bằng cách đổ bột vào khuôn đất và không tráng dầu mỡ vào khuôn. Cách dùng khuôn đất này chính là một nét văn hoá Chăm Pa của vùng Nam Trung Bộ xưa, vốn có kĩ thuật nung đất, nung gốm cực kì hưng thịnh. Vì thế, bánh căn là món bột "nướng" chứ không phải là bột "chiên" giống như bánh khọt hay bánh

TIP!

xíu mại
미트볼 요리로, 중국 화교들의 딤섬에서 유래되었다.

xèo. Với đặc điểm địa lí là vùng ven biển, phần nhân của bánh căn Phan Thiết khá đa dạng với nhân thịt, nhân tôm hay nhân mực. Bạn nên thử nhân mực để cảm nhận hương vị tươi ngon của xứ biển. Một điểm đặc biệt khác "đậm chất biển" của món bánh căn Phan Thiết là món nước chấm và các món phụ ăn kèm. Bạn sẽ ấn tượng ngay với nước chấm là nước cá kho. Tại đây, nước chấm ăn kèm với bánh căn thường là nước mắm pha, nước chấm xíu mại và nước chấm cá kho. Mỗi quán ăn một cách chế biến và loại cá dùng để kho cũng thay đổi linh động tuỳ theo chất lượng cá đánh bắt mỗi ngày, nhưng phổ biến nhất là cá nục hoặc cá ngân vì thịt cá thơm và bùi. Nước chấm cá kho này có vị đậm đà và ngọt bùi tự nhiên của cá, một vị mặn ngọt khá giản dị, rất "miền Trung". Ngoài bát nước chấm cá kho, thực khách cũng được phục vụ thêm bát nước sốt xíu mại có vài viên xíu mại, bì lợn, trứng cút, xoài sống bào sợi.

Khác với các loại bánh khác, rau ăn kèm với bánh căn Phan Thiết rất đơn giản như xoài sống bào sợi hoặc khế, chuối xanh thái lát mỏng. Khi ăn, thực khách lấy bánh căn chấm vào nước chấm, thêm một chút thịt, cá ngọt mặn, một vài sợi xoài chua chua lên trên, tạo nên một trải nghiệm vị giác phong phú chỉ trong một lần nếm. Cũng nhờ sự kết hợp của các nguyên liệu nho nhỏ này nên món ăn không bị ngán, càng ăn càng ghiền.

Ẩm thực phản ánh đặc trưng địa lí cũng như đặc trưng vùng miền khá rõ ràng. Thưởng thức bánh căn Phan Thiết, bạn sẽ cảm nhận được đặc trưng "xứ biển miền Trung" rất đậm nét từ nguyên liệu hải sản và vị mặn cay của các món ăn kèm...

Từ vựng mới

cá nục (생선) 전갱이
cá ngân 노란 꼬리 전갱이
căng 팽팽하게 부풀어 오르다
căng phồng 부풀다
ghiền ~에 빠지다, 중독되다
hưng thịnh 부유한, 번영한
khuôn 틀, 모양
linh động 생생한, 약동하는
quen thuộc 익숙하다, 친해지다
thực khách 식객(음식점 손님)
xứ 땅, 지방

Ngữ pháp

❶ A thế là B

A는 원인, B는 결과를 의미하며, 'A해서/하면 B하다'로 해석한다.

주어 + 동사 + thế là + (주어) + 동사	Mua 3 chai bia **thế là** đủ. 맥주 3병을 사면 충분하다.
	Bị mẹ nó mắng, **thế là** em ấy bỏ nhà đi. 어머니가 꾸지람을 해서 그 아이는 집을 나갔다.

❷ quá thể / quá đáng

구어체에서 주로 사용되며 '매우', '너무' 등으로 해석한다.

주어 + 형용사 + quá thể / quá đáng	Nó lười **quá thể**. 그는 너무 게으르다.
	Cái túi này đắt **quá thể**. 이 가방은 매우 비싸다.
	Ngôi nhà kia giá cao **quá đáng**. 저 집은 너무 비싸다.

❸ sở dĩ A là vì B

'A는 B 때문이다'로 해석하며, sở dĩ는 생략할 수 있다. 또한 '원인-결과' 구문인 'Vì A nên B'의 도치 형태로 볼 수 있다.

Sở dĩ + 주어 + 동사 + là vì + 주어 + 동사	**Sở dĩ** tôi đến muộn **là vì** xe máy của tôi bị hỏng. 내가 늦게 도착한 것은 오토바이가 고장 났기 때문이다.
주어 + 동사 + là vì + 주어 + 동사	Tôi buồn **là vì** bị thầy giáo phê bình. 내가 슬픈 것은 (남)선생님에게 혼났기 때문이다.

✎ 주어가 같은 경우 그중 하나는 생략할 수 있다.

Bài 8

❹ mỗi A một B

그룹, 개인 사이의 공통점을 표현하며, '각각의/매(횟수) ~ 하나의 ~'로 해석하며, A와 B에는 명사가 온다.

mỗi A một B	**Mỗi** tầng **một** phòng ngủ. 각각의 층에는 하나의 침실이 있다.
	Mỗi người **một** tên riêng. 각각의 사람은 하나의 이름이 있다.
	Mỗi người **một** việc. 각각의 사람은 하나의 일이 있다.

동사 'có'를 추가하여 'Mỗi A có một B' 형태로도 사용할 수 있다.

Luyện tập

1. Tìm từ ngữ thích hợp và điền vào chỗ trống trong những câu sau.

hưng thịnh kiểm chứng vinh dự xiên que quen thuộc
hoành tráng phượt thủ

1) Mĩ phẩm này đã được __________ an toàn chất lượng.
2) Kĩ thuật gốm sứ Hàn Quốc phát triển __________ từ thời kì Tam Quốc.
3) Các __________ thường thích chinh phục các vùng đất ít được biết đến.
4) Ngày xưa, người Hàn Quốc thường tổ chức lễ thượng thọ 60 tuổi rất __________.
5) Cô ấy __________ được chọn vào danh sách 10 doanh nhân trẻ tiêu biểu của Seoul.
6) Vào dịp lễ tết, người Hàn sẽ làm món __________ ba màu để dâng lên bàn thờ tổ tiên.
7) Mỗi khi đi tàu điện ngầm, bạn sẽ nghe thấy giọng nói rất __________ của phát thanh viên.

Bài 8

2. Nối A và B thành câu hoàn chỉnh.

	A		B
1	Tôi không giữ lời hứa •	thế là	• bạn ấy không làm bài thi tốt.
2	Con nói dối với bố mẹ •		• không được.
3	Bạn ấy không học bài •		• bị phạt tiền.
4	Hôm qua tôi thức quá khuya •		• sáng nay tôi ngủ dậy muộn.
5	Cô ấy đi xe máy nhanh quá •		• nó nổi giận.

3. Sử dụng cấu trúc "mỗi A một B" viết lại các câu sau.

> Chúng tôi, ai cũng có cuộc sống riêng.
> → Chúng tôi, mỗi người một cuộc sống riêng.

1) Người nào cũng có sở thích khác nhau.

2) Tôi gặp khó khăn, bạn ấy cũng có khó khăn của mình.

3) Trong cuộc thi, phần sáng tạo của các thí sinh không ai giống ai.

4) Loài hoa nào cũng có mùi hương.

5) Các quốc gia thường có phong tục riêng.

4. Sử dụng cấu trúc "Sở dĩ A là vì B" viết các câu sau.

1) anh ấy / không mặc áo mưa / bị ướt

2) em Lan / bị đau bụng / không đi chơi với bạn

3) tôi / bị thầy giáo phê bình / buồn

4) chị Hoa / nhận được học bổng / vui

5) tôi / thời tiết thay đổi / bị đau đầu

5. Dựa vào bài hội thoại và bài đọc hiểu, hãy trả lời các câu hỏi sau.

Phần 1

1) Lí do Yuna đến Mũi Né là gì?

2) Yuna định kiểm chứng món ăn gì?

3) Tour sa mạc Mũi Né là tour du lịch thế nào?

4) Có những món hải sản nổi tiếng nào tại Phan Thiết?

5) Môn thể thao mà bạn chỉ có thể trải nghiệm ở Mũi Né là gì?

Phần 2

1) Hãy cho biết về nguồn gốc tên gọi của món bánh căn.

2) Vì sao nói cách chế biến bánh căn phản ánh nét văn hoá Chăm Pa?

3) Bánh căn thường được so sánh với món ăn nào của khu vực Nam Trung Bộ và Nam bộ?

Hàn Quốc có địa điểm nào có địa hình độc đáo như Mũi Né của Việt Nam không? Nếu có, hãy giới thiệu sơ lược về địa điểm đó.

bữa ăn thứ 9

MENU

bánh tráng nướng

bánh canh Đà Lạt

sữa đậu nành

tào phớ

bánh flan

9

Chợ đêm Đà Lạt

bánh tráng nướng

TIP!

chắc phải

문장 앞에 사용하면 '반드시', '분명히', 동사 앞에 사용하면 '~이겠다', '~이어야겠다'의 의미다.

형용사 + miễn bàn

더 할 말이 없을 정도로 매우 ~한

có + 수량

'~밖에', '겨우 ~만'이라는 의미로, 적은 수량을 강조할 때 쓴다.

Chuyến đi ngắm bình minh và ăn chơi Mũi Né với Hiền ấn tượng đến mức nó đã chụp chắc phải gần nghìn tấm hình lưu lại kỉ niệm. Cảnh đẹp ngỡ ngàng, khung cảnh làng chài hoàn toàn lạ lẫm khác biệt, món ăn thì ngon miễn bàn. Nắng gió Mũi Né làm nó thèm thời tiết se se lạnh của Hà Nội. Tình cờ thế nào hai đứa lại nhắc đến Đà Lạt, chỉ cách Mũi Né có 5 tiếng đi xe, thế là hai đứa quyết định đi Đà Lạt ngay và luôn, rồi rủ luôn Haein từ Sài Gòn vào nhập bọn.

“Đà Lạt mộng mơ”, “thành phố ngàn hoa” – những mĩ từ mà nó chỉ thấy trên sách vở, giờ nó đã và đang đứng đây rồi này! Đà Lạt có bao nhiêu là gió mát, rừng thông lãng mạn và rất nhiều loài hoa khoe sắc hương. Giờ thì nó đã hiểu vì sao người ta gắn cho Đà Lạt những danh xưng như thế. Đã ghé Đà Lạt, làm sao mà tụi nó bỏ qua chợ đêm Đà Lạt được! Những người thuộc team “sống để ăn” như tụi nó không thể làm ngơ trước thiên đường trái cây và đồ ăn vặt này được.

TIP!

sống để + 동사

'~하기 위해 산다'라는 의미로, 젊은층이 자신의 취미 등을 강조하기 위해 많이 사용하는 표현이다.

sữa đậu nành

Chợ đêm Đà Lạt còn được biết đến với cái tên “chợ Âm Phủ Đà Lạt”. Sở dĩ có tên gọi này vì chợ được mở cửa hoạt động ban đêm từ thời kì xung quanh khu vực chợ chưa có hệ thống đèn đường chiếu sáng, các gánh hàng rong và quầy hàng đều dùng đèn dầu thắp sáng, cộng với sương mù Đà Lạt khiến bầu không khí trở nên ma mị, huyền ảo như “âm phủ”. Tại đây, ngoài sữa đậu nành nóng, du khách nên thưởng thức ba món ăn vặt trứ danh là bánh tráng nướng, dâu tây lắc và kem bơ. Bánh tráng nướng có thể được xem là phiên bản bình dân kiểu Việt Nam của pizza với các nguyên liệu topping đa dạng. Tất cả nguyên liệu được đặt trên bánh tráng mỏng và được nướng trên bếp than hồng cho đến khi bánh giòn và các nguyên liệu chín đều. Lớp vỏ bánh giòn tan nóng hổi, vị mặn ngọt chua của các nguyên liệu hoà quyện tạo nên một món ăn vặt ăn

TIP!

nhậu lai rai

'먹다' 또는 '먹는 것을 이어가다'. 'nhậu'는 '한잔하다, 술을 마시다', 'lai rai'는 '어느 한 시점에 머물지 않고 천천히 이어가는 상태'를 의미하는데, 구어체에서 '천천히 즐기며 먹다 / 마시다'라는 의미의 동사로 쓰인다.

mãi không chán. Điều khiến nó và Haein ngạc nhiên nhất có lẽ là món dâu tây lắc. Với người Hàn Quốc chính hiệu như nó và Haein thì dâu tây không còn quá lạ lẫm, nhưng món dâu tây lắc là một sự kết hợp khá lạ kì và độc đáo. Dâu tây lắc được chế biến khá đơn giản bằng cách trộn đều dâu với đường, muối tôm rồi lắc đều cho thấm gia vị. Thật lòng mà nói thì ngay cả tín đồ dâu tây lâu năm như Haein và nó cũng khá vất vả để thích nghi với sự kết hợp "đậm chất Việt Nam" này. Và thế là hai đứa nó quyết định nhường cho Hiền xử lí hết món này.

Kem bơ là một sự kết hợp khá thú vị giữa phần kem dừa ngọt dịu nhẹ và sinh tố bơ dẻo, thơm, bùi bùi. Thật khó tìm được một món kem hay sinh tố tương tự tại Hàn Quốc. Ngay cả tại Việt Nam, cũng không nhiều địa phương có được hương vị nguyên chất này như Đà Lạt. Vốn sinh ra ở xứ lạnh, nó phần nào hiểu được lí do ẩm thực Đà Lạt luôn tạo được ấn tượng khó quên. Chính nhiệt độ se lạnh dễ chịu và khung cảnh nên thơ của Đà Lạt đã kích thích vị giác khiến ai ăn gì cũng thấy ngon hơn. Có đúng không nhỉ?

Chuyến khám phá oanh tạc chợ đêm Đà Lạt của nó, Haein và Hiền thành công mĩ mãn. Ba cô gái tham ăn đã mua thêm rất nhiều trái cây về khách sạn để "nhậu lai rai" khi họp bàn lịch trình ăn uống ngày hôm sau. Háo hức mong chờ những bất ngờ thú vị khác với món lẩu bò, bánh canh Xuân An, bánh mì xíu mại nhé các chiến hữu của Yuna!

Từ vựng mới

gánh 메다, 짊어지다	**khoe sắc** 만발한	**mộng mơ** 꿈같은
huyền ảo 신비한	**lạ lẫm** 생소한, 이상한	**ngỡ ngàng** 당황하다, 아연하다
hít thở 숨; 마시다	**lẩu bò** 소고기 전골	**oanh tạc** 공습하다, 폭격하다
kích thích 자극하다	**ma mị** 속이는	**tự phát** 자연 발생하다

Bánh canh Đà Lạt

Tương tự như bún hay phở, bánh canh là một món ăn có rất nhiều cách chế biến và phiên bản tuỳ theo từng địa phương hoặc người nấu. Nếu như sợi bún và phở được làm từ bột gạo thì sợi bánh canh có thể được làm từ bột gạo, bột mì, bột năng, bột sắn hoặc kết hợp giữa các loại bột trên. Sợi bánh canh tròn và to gần giống như sợi mì udon. Nước dùng bánh canh cũng muôn màu muôn vẻ, có thể được nấu từ tôm, cá hoặc các loại xương lợn tuỳ theo từng loại bánh canh. Gia vị nấu cũng thay đổi theo loại bánh canh, khẩu vị mỗi vùng hoặc cá nhân người nấu. Bánh canh có thể dùng kèm với thịt cá, chả cá, giò heo, tôm, thịt, hải sản... Vì thế, tên gọi cũng vô cùng đa dạng như bánh canh cá lóc, bánh canh tôm thịt, bánh canh cua, bánh canh hải sản...

Bánh canh không phải là món ăn xuất xứ từ Đà Lạt nhưng ai cũng nói bánh canh ở Đà Lạt có hương vị rất riêng biệt. Cũng rất khó để có thể diễn đạt chính xác sự riêng biệt đó là gì. Ai ai cũng truyền đạt cho nhau rằng bạn mải đi ăn uống khắp Đà Lạt mà bỏ qua bánh canh Đà Lạt thì thật đáng tiếc.

TIP!

muôn màu muôn vẻ
각양각색의, 다채로운

mải + 동사
계속해서 ~하다, ~에 몰두하다

TIP!

mới ~ đã ~

'~(했을) 때 이미 ~하다'의 의미로, 어떤 일이 일반적인 순서나 규칙 등을 따르지 않고 발생할 때 주로 사용한다.

Có rất nhiều quán bánh canh tại Đà Lạt, và bánh canh Xuân An là tiệm bánh canh nổi tiếng nhất với hơn 30 năm hoạt động tại Đà Lạt. Quán ăn này nằm trên đường Nhà Chung, hầu như ai ai cũng biết và cũng được gọi thêm cái tên là bánh canh Nhà Chung. Ngoài bánh canh, quán cũng bán bún bò Huế, mì Quảng, bún cá. Một điểm đặc biệt cần lưu ý là quán chỉ bắt đầu bán bánh canh từ 1 giờ chiều, còn các món khác được phục vụ vào buổi sáng. Chỉ mới mở cửa đã đông đúc khách, điều này cho thấy sự nổi tiếng của nơi này.

Bánh canh Xuân An có những đặc điểm là sợi bánh trong, không quá bở, không quá dai, ăn kèm với chả cá, chả thịt tươi ngon, không hề có vị tanh nhờ kết hợp với hạt tiêu và ngò gai. Thực khách có thể gọi thêm thịt giò lợn để ăn kèm. Sợi bánh canh Xuân An được làm từ bột sắn của khu vực tỉnh Lâm Đồng pha với bột gạo và được chế biến hoàn toàn thủ công theo công thức gia truyền. Nước dùng của bánh canh Xuân An khá đậm đà, có màu vàng cam và hơi sền sệt. Khi ăn, bạn nên thêm vào một chút chanh, nước mắm ớt thì sẽ kích thích khẩu vị hơn.

Món bánh canh Đà Lạt quen thuộc, bình dân và thân thương vì rất nhiều lí do từ lịch sử, hương vị dân dã cho đến giá cả phải chăng. Bánh canh Đà Lạt do chính những con người Đà Lạt biến tấu và gắn liền với quá trình phát triển của địa phương từ thập niên 80 (1980). Bản thân con đường Nhà Chung cũng là nơi tập hợp rất nhiều quán ăn bình dân, các gánh hàng rong nhưng hương vị món ăn và bầu không khí thong thả chầm chậm đậm chất địa phương. Có thể nói, bánh canh Đà Lạt đại diện cho đặc điểm ẩm thực xứ này: giản dị, gần gũi nhưng khó quên.

Từ vựng mới

diễn đạt 설명하다, 표현하다
lưu ý 유의하다, 주의를 기울이다
ngò gai 쿨란트로(향채의 일종)
riêng biệt 다른, 별개의
sền sệt (반죽, 스프 등이) 걸쭉한
thân thương 친애하는
thập niên 10년대, 년대
thong thả 천천히, 자유로운

Ngữ pháp

❶ bao nhiêu (là)

수량이 매우 많음을 나타낼 때 사용하며, 'rất nhiều', 'quá nhiều'와 같은 뜻이다.

주어 + có / 동사 + bao nhiêu (là) + 명사	Chúng tôi có **bao nhiêu (là)** việc phải làm. 우리는 해야 할 일이 매우 많다.
	Trong vườn có **bao nhiêu (là)** hoa. 정원에는 꽃이 매우 많다.
	Anh ấy có **bao nhiêu (là)** tài sản. 그는 재산이 매우 많다.

❷ làm sao (mà) ~ được

불가능함을 표현하는 구문으로, 'không thể ~ được'과 의미가 같다.

주어 + 동사 + làm sao được	Món ăn này cay quá, trẻ con ăn **làm sao được**! 이 음식이 너무 매워서 아이들이 어떻게 먹겠어요! = Món ăn này cay quá, trẻ em không ăn được.
주어 + làm sao (mà) + 동사 + được	Tôi **làm sao (mà)** biết **được** anh ấy là ai. 그가 누구인지 내가 어떻게 알겠어. = Tôi không thể biết được anh ấy là ai.
Làm sao (mà) + 주어 + 동사 + được	**Làm sao (mà)** chị ấy lái ô tô **được**! 그녀가 어떻게 운전을 할 수 있겠어요! = Chị ấy không thể lái được ô tô.

가능을 표현할 때는 'làm sao (mà) + 주어 + không thể + 동사 + được'을 사용한다.

❸ ngay cả A cũng B

A에는 명사 또는 명사구가 오며, B에는 동사구 또는 절이 오는 구문으로, 'A까지(마저) B 하다'로 해석된다.

구조	예문
Ngay cả + 명사 + cũng + 동사구/절	**Ngay cả** trẻ em **cũng** rất vui vẻ và cởi mở với người nước ngoài. 어린이마저(까지) 외국인에게 밝고 개방적이다.
	Ngay cả anh **cũng** không tin em à? 당신마저도 절 못 믿으세요?
Ngay cả + 명사구 + cũng + 동사구/절	**Ngay cả** những ngày lạnh nhất anh ấy **cũng** đi bơi. 가장 추운 날에도 그는 수영하러 간다.
	Ngay cả bữa ăn hàng ngày cô ấy **cũng** không lo liệu được. 그녀는 매일의 식사마저도 준비하지 못한다.

Luyện tập

1. Tìm từ ngữ thích hợp và điền vào chỗ trống trong những câu sau.

gánh   nhường   tự phát   gắn liền   gia truyền   ngỡ ngàng   khoe sắc

1) Đây là công thức pha cà phê ____________ của bố tôi.
2) Anh ấy ____________ ghế cho một phụ nữ đang mang thai.
3) Mỗi sáng, bác hàng xóm ____________ bánh mì ra chợ bán.
4) Hoa lưu ly ____________ với thông điệp "Xin đừng quên tôi".
5) Sinh viên ____________ trước sự thân thiện và trẻ trung của giáo sư.
6) Cứ đến tháng 5 là các vườn hồng tại Hàn Quốc ____________ rực rỡ.
7) Xóm nhà tôi vừa thành lập tổ chức ______ chuyên giúp đỡ mèo bị bỏ rơi.

Bài 9

2. Nối A và B thành câu hoàn chỉnh.

	A		B
1	Thời tiết thay đổi, chúng tôi đều ốm •	ngay cả	• trẻ em cũng vậy.
2	Nem rán Việt Nam là món ăn khá phổ biến •		• người cao tuổi cũng học được.
3	Ngày hội làng, trẻ em thích xem múa lân •		• người lớn cũng thích xem.
4	Học ngoại ngữ không khó lắm, ai cũng có thể học được •		• các quán cơm bình dân cũng bán nem rán.
5	Ở Việt Nam, người lớn luôn vui vẻ cởi mở với người nước ngoài •		• bạn Minh là người khoẻ nhất lớp cũng bị ốm.

3. Sử dụng cấu trúc "bao nhiêu (là)" viết lại các câu sau.

tôi / ăn / bánh mì
→ Tôi ăn bao nhiêu là bánh mì.

1) tôi / có / việc phải làm

2) chúng tôi / nộp / báo cáo / về vấn đề ấy

3) họ / có / kỉ niệm / ở thành phố này

4) ông ấy / uống / bia / không say / mà

5) cô ấy-anh ấy / giải thích / lần / nhưng / không tin

4. Sử dụng cấu trúc "làm sao (mà) ~ được" viết lại các câu sau.

tôi / gặp / cô ấy
→ Tôi làm sao mà gặp cô ấy được.

1) chị ấy / ai / là / biết

2) ngôi nhà này / đắt / mua

3) tôi / mặc / áo mưa / ướt

4) em ấy / vui / bị điểm kém

5) anh ấy / người khó hiểu / là / hiểu

5. **Dựa vào bài hội thoại và bài đọc hiểu, hãy trả lời các câu hỏi sau.**

Phần 1

1) Đà Lạt được miêu tả là thành phố như thế nào?

2) Vì sao chợ đêm Đà Lạt được gọi là chợ Âm Phủ?

3) Vì sao Haein ngạc nhiên khi thấy món dâu tây lắc?

4) Lí do ẩm thực Đà Lạt gây ấn tượng mạnh cho du khách là gì?

5) Những món ăn nhất định phải thử khi đến chợ đêm Đà Lạt là gì?

Phần 2

1) Nét đặc trưng của bánh canh Xuân An là gì?

2) Vì sao nói sợi bánh canh gần giống với sợi mì udon?

3) Vì sao bánh canh có nhiều cách chế biến và phiên bản?

Hàn Quốc có món ăn nào tương tự như món "bánh tráng nướng" không? Nếu có, hay giới thiệu sơ lược về món ăn đó.

Phụ lục

Tráng miệng

Với khí hậu nhiệt đới gió mùa, nhiều ngày nắng nóng, những món ăn vặt giúp giải nhiệt cơ thể luôn được ưa chuộng và phổ biến trên toàn lãnh thổ Việt Nam. Với đặc trưng địa lí và lịch sử giao thoa với nhiều nền văn hoá nước ngoài, Việt Nam cũng có khá nhiều món ăn vặt được biến tấu từ các món của các quốc gia khác. Bánh flan và tào phớ là hai trong số đó.

Bánh flan là món tráng miệng của châu Âu được du nhập vào Việt Nam theo chân các giáo sĩ Tây Ban Nha và Pháp. Món này có tên gốc tiếng Pháp là "Flan" hay "Crème Caramel", và người Việt Nam giữ nguyên tên gọi món ăn này là "bánh flan". Nguyên liệu chính của món ăn là sữa đặc có đường và lòng đỏ trứng gà, đánh đều, sau đó hấp chín. Phần trên cùng của bánh được phủ một lớp đường đen, vừa tăng độ đẹp mắt vừa giúp món ăn có vị phong phú hơn nhờ vị ngọt đắng và mùi đường "cháy". Khi đến các hàng quán ở Việt Nam, bánh flan được biến tấu thêm vào một chút cà phê, một chút nước cốt dừa hoặc sữa đặc, sau đó thêm một chút đá cho mát lạnh. Thực khách cũng có thể yêu cầu thêm một vài loại topping khác như trân châu, thạch... hoặc chọn loại bánh flan có mùi vị khác như trà xanh, cà phê, dừa... tuỳ sở thích cá nhân.

Tào phớ hay đậu hũ nước đường là tên gọi của món tráng miệng giải nhiệt được làm từ hạt đậu nành và nước đường. Tên gọi này phổ biến ở miền Bắc và miền Trung Việt Nam, còn miền Nam thường gọi là tàu hũ hay tàu hũ nước đường. Món ăn này ở hai miền cũng có sự khác biệt. Tào phớ miền Bắc thường có màu trắng ngà, nước đường nấu thành màu vàng nhạt, loãng và có ướp hoa nhài rất thơm. Vì vậy, món ăn vừa có vị thanh mát vừa có mùi thơm đặc biệt. Tào phớ thường được múc ra bát và dùng nóng, vào mùa hè nắng nóng, có thể thêm một chút đá mát lạnh để giải nhiệt. Tàu hũ miền Nam được nấu đặc hơn, nước đường được nấu thành màu vàng đậm, vị ngọt hơn, thêm chút gừng vào nước đường, khi ăn chan thêm nước cốt dừa béo ngậy. Món tào phớ gắn liền với hình ảnh các cô gánh hàng rong đi khắp phố phường rao gọi "Tào phớ đây...", gợi nhớ cả một bầu trời tuổi thơ đơn sơ của rất nhiều thế hệ.

Từ vựng mới

đánh đều 고르게 치다
đậu hũ 두부, 연두부
giao thoa 교차하다
loãng 묽은, 싱거운
tăng độ 레벨을 올리다
thạch 돌, 젤리
tráng miệng 디저트, 식후 다과
trân châu 진주, (밀크티) 펄

bữa ăn thứ 10

menu

bánh chưng và bánh tét

10

Vài nét về lễ Tết ở Việt Nam

Hiền Yuna ơi, tết Nguyên đán này cậu có kế hoạch gì chưa?

Yuna Chưa. Mình đang đắn đo là nên đi du lịch xa hay nên ở lại Hà Nội đón Tết.

Hiền Thế, cậu muốn đón Tết cùng gia đình mình không? Trải nghiệm thử Tết của người Việt và không khí khác biệt của Hà Nội những ngày Tết nữa.

Yuna Ồ, nghe có vẻ thú vị quá! Hà Nội những ngày Tết khác bình thường lắm, hả Hiền?

Hiền Khác rất nhiều đấy. Yên bình và vắng vẻ đến ngỡ ngàng đấy. Vì rất nhiều người về quê ăn Tết nên Hà Nội sẽ tĩnh lặng đi và sống chậm lại.

Yuna Thế à? Thế thì mình phải đón Tết ở Hà Nội mới được. Mà nhà cậu có gói bánh chưng không?

Hiền Có chứ. Vào ngày mốt, nhà mình sẽ quây quần gói bánh rồi cùng thức đêm nấu bánh.

Yuna Mình đến tham gia được không?

Hiền Đương nhiên là được chứ. Gia đình mình sẽ rất vui nếu có cậu đến chơi.

Yuna À, hôm trước mình ra Hồ Tây thì thấy mọi người thả cá chép rồi đốt giấy vàng mã nhiều lắm. Đó cũng là phong tục ngày Tết phải không?

Hiền Đó là ngày 23 tháng Chạp âm lịch, tức là 23 tháng 12 âm lịch, ngày tiễn ông Táo về trời. Ông Táo là thần trông coi bếp núc của mỗi gia đình. Mọi người sẽ làm đồ cúng, sau đó thả cá chép ra sông, suối, ao hồ để ông Táo của nhà mình cưỡi cá chép về trời báo cáo với Ngọc Hoàng.

Yuna Hoá ra là thế. Tết Nguyên đán của Việt Nam kéo dài và nhiều nghi lễ hơn Hàn Quốc thật đấy.

Hiền Thế à? Gói bánh chưng rồi dâng lên bàn thờ ngày Tết là một phong tục thờ cúng và tỏ lòng biết ơn tổ tiên của người Việt Nam. Đây cũng là một dịp để gia đình sum vầy, trò chuyện vui vẻ sau một năm vất vả. Mình nghĩ Hàn Quốc cũng sẽ có những phong tục tương tự thôi.

Yuna Ừ. Hàn Quốc vừa ăn tết Trung thu Chuseok vừa ăn Tết âm lịch. Chuseok thì gia đình quây quần làm bánh Songpyeon, còn Tết âm lịch thì cùng nhau làm mandu và canh bánh gạo Tteokkuk, cũng có thờ cúng tổ tiên.

Hiền Mình thấy một số phong tục lễ Tết của hai nước cũng khá tương đồng về ý nghĩa, chỉ khác một chút trong các món ăn hoặc nghi

TIP!

mà
구어체에서 주로 사용되며, '그런데', '그나저나'라는 의미다.

tháng Chạp
음력 12월(tháng 12 âm lịch). 음력으로 연말에 신에게 제사 지내는 의식을 'Lạp nguyệt'이라 했는데, 베트남 사람들이 이것을 'giỗ chạp'이라고 부르면서 음력 12월이 'tháng Chạp'으로 바뀌었다고 한다.

lễ. Tết Đoan ngọ là một ví dụ.

Yuna Việt Nam cũng đón tết Đoan ngọ vào ngày 5 tháng 5 âm lịch hàng năm phải không?

Hiền Ừ, tết Đoan ngọ ở Việt Nam được xem là ngày tết "diệt sâu bọ" và thờ cúng tổ tiên. Ngày xưa, thời điểm này là giai đoạn chuyển mùa nên dịch bệnh dễ phát sinh. Vì thế, người dân sẽ cúng rồi ăn một số món ăn lên men và nhìn thẳng vào mặt trời lúc 12 giờ trưa, lúc dương khí mạnh mẽ nhất, để phòng ngừa bệnh tật.

Yuna Món ăn đó là gì thế?

Hiền Miền Bắc thì cúng rượu nếp hoặc rượu nếp cẩm, miền Trung và miền Nam thì cúng cơm rượu hoặc bánh tro.

Yuna Thích thật! Nhờ cậu mà mình biết thêm nhiều thứ thật. Cảm ơn nhiều nhé bạn Hiền!

Hiền Có gì đâu. Ngày mốt cậu nhớ đến nhé. Rồi nếu rảnh thì ngày mồng 1 Tết đến nhà mình ăn bữa cơm đầu năm và nhận lì xì.

Yuna Nhất trí! Hơn 20 tuổi rồi, thế mà vẫn được nhận lì xì thì sung sướng còn gì bằng!

Hiền Haha! Ở Việt Nam, miễn là chưa kết hôn thì vẫn được nhận lì xì nhé!

Yuna Haha! Mình nhất định phải lưu lại những cái hay ho này trên blog của mình mới được.

TIP!

형용사 + còn gì bằng
'형용사 + không gì bằng'으로 쓰기도 하며, '더할 나위 없이 ~하다'의 의미다.

miễn là ~
~을 조건으로 하다, ~을 조건으로 하기만 한다면

Từ vựng mới

diệt 근절하다, 파괴하다
đắn đo 심사숙고하다
họp hành 회의하다
lì xì 세뱃돈
phát sinh 발생하다
phòng ngừa 방지하다, 예방하다
quây quần 주위에 모이다
sum vầy 만나다, 모이다
thả cá 양어하다

Bánh chưng và bánh tét

"Bánh chưng xanh, bên dưa hấu đỏ.
Cành mai vàng, bên cành đào tươi..." *(Bé chúc Tết)*

Đây là một đoạn trích trong một bài hát thiếu nhi gắn liền với kỉ niệm tuổi thơ của rất nhiều người Việt Nam trong những ngày Tết ấm áp sum vầy. Có thể thấy ở đó có những biểu tượng quen thuộc trong ngày Tết Việt Nam thời hiện đại của cả ba miền như bánh chưng, dưa hấu, hoa mai, hoa đào. Từ xa xưa, Tết cổ truyền của người Việt Nam bao giờ cũng gắn liền với hình ảnh bánh chưng, bánh giầy, tượng trưng cho triết lí vuông tròn và triết lí âm dương của người Việt. Nguồn gốc hai loại bánh này gắn liền với câu chuyện về hoàng tử Lang Liêu được truyền lại ngôi vua vào thời vua Hùng thứ 6.

TIP!

bao giờ cũng
'변함없이 항상, 언제나 그렇다'라는 의미를 가진 표현으로, 'bao giờ ~ cũng'으로도 쓴다.

bánh giầy
떡의 일종인 바잉 저이. 'bánh giầy'가 표준어이지만 'bánh dày', 'bánh dầy' 등으로도 쓰인다.

Bánh giầy hình tròn tượng trưng cho trời, bánh chưng hình vuông tượng trưng cho đất. Sự kết hợp này mang ý nghĩa về sự gắn kết hài hoà của đất trời, vốn là yếu tố quyết định mưa thuận gió hoà, phát triển nền văn minh nông nghiệp lúa nước thời xưa. Bánh chưng và bánh giầy còn là hiện thân của người mẹ và người cha trong văn hoá Việt Nam. Do đó, việc dâng hai loại bánh này lên bàn thờ vào ngày Tết không chỉ là sự thể hiện lòng biết ơn mẹ thiên nhiên, cầu nguyện cho mùa màng bội thu mà còn là sự thể hiện lòng biết ơn tổ tiên và công ơn sinh thành nuôi nấng của cha mẹ.

Hơi khác so với quá khứ, có lẽ linh hồn ẩm thực của Tết Việt thời hiện đại gắn liền với hình ảnh những chiếc bánh chưng và bánh tét nhiều hơn. Trong nhịp sống hối hả của thời hiện đại, hình ảnh cả gia đình quây quần gói bánh chưng, bánh tét và cùng thức thâu đêm nấu bánh trong những ngày cận Tết chứa đựng giá trị tinh thần nhiều hơn. Nó tượng trưng cho sự đoàn viên của gia đình, của sự gắn kết về mặt tinh thần khi mọi người cùng tâm sự vui vẻ, khích lệ nhau sau một năm bôn ba vất vả.

Bánh tét và bánh chưng tương đối giống nhau về mặt nguyên liệu và cách chế biến nhưng khác nhau về hình dáng và sự phổ biến ở các vùng miền. Nguyên liệu cơ bản của hai loại bánh này đều là gạo nếp, đậu xanh, thịt lợn và gói bằng lá dong hoặc lá chuối. Theo thời gian, nguyên liệu sử dụng cho hai loại bánh này cũng được biến tấu đa dạng hơn. Bánh chưng được xem là biểu tượng của mâm cỗ Tết miền Bắc với nhiều ý nghĩa tâm linh bắt nguồn từ sự tích "Bánh chưng, bánh giầy". Bánh tét của người miền Nam có hình trụ và có rất nhiều giả thuyết đa dạng về nguồn gốc của nó. Một trong số đó là giả thuyết về sự giao thoa văn hoá của người Việt, Chăm và Hoa tại khu vực này.

Theo đó, nguyên liệu bánh tét tương tự với bánh chưng của người Việt, đồng thời, một số dân tộc ít người vùng núi phía Bắc cũng có loại bánh tương tự với tên gọi "bánh dài" hoặc "bánh tày". Hình dáng trụ tròn của bánh tét được xem là chịu ảnh hưởng từ tín ngưỡng phồn thực (Linga) của người Chăm. Nguyên liệu nấu bánh tét miền Nam cũng đa dạng cầu kì hơn, nhiều màu sắc rực rỡ vàng, tím, đỏ của đậu xanh, đậu đỏ, nếp cẩm... do ảnh hưởng từ văn hoá ẩm thực của người Hoa. Tên gọi "bánh tét" cũng có nhiều cách giải thích, có thể là cách đọc biến âm xuất phát từ "bánh Tết", hoặc chỉ hành động "tét bánh", tức là cắt thành từng miếng bánh tròn của người miền Nam.

Bánh chưng, bánh tét phản ánh tinh thần "uống nước nhớ nguồn" của người Việt trong những ngày Tết, ngoài ra chúng còn là minh chứng cho sự đa dạng văn hoá, sự giao thoa văn hoá ngoại lai của người Việt từ thời xưa. Đối với các em thiếu nhi, bánh chưng bánh tét gắn liền với những tò mò, tâm trạng háo hức được thức đêm, chơi đùa vô tư bên nồi bánh chưng trên bếp lửa. Đối với người trưởng thành, các loại bánh Tết này là sự gợi nhớ về những kỉ niệm, cảm giác vô tư ấm áp đó của thuở ấu thơ bên người thân, bạn bè.

TIP!

tín ngưỡng phồn thực (Linga)
사람과 창조물의 번식을 기원하는 다산 신앙으로, phồn은 '많다', thực은 '번성하다'의 의미다.

uống nước nhớ nguồn
'물을 마셨으면 그 원천을 기억하라', 즉 '부모님과 조상의 은혜를 기억하라'는 관용어다. 유사한 관용어로는 'Ăn quả nhớ kẻ trồng cây'(과일을 먹을 때 과일나무를 심은 사람을 기억하라)가 있다.

Từ vựng mới

âm dương 음양	giả thuyết 가설, 가정	nuôi nấng 기르다, 양육하다
ấu thơ 어린; 신생아	hiện thân 현신(現身)하다	sinh thành 양육하다
bội thu 풍작	hình trụ 원통, 원기둥	triết lí 철학
đoạn trích 발췌; 발췌하다	khích lệ 격려하다	văn minh 문명; 문명화된

Ngữ pháp

❶ 형용사 + ra/ đi/ lên/ lại

시간 혹은 환경에 의해 사물의 특징이 변화하는 것을 표현할 때 사용한다.

1) 형용사 + ra / lên: 좋은 상태로의 변화

주어 + 형용사 + ra / lên	Dạo này bà ấy có vẻ **khoẻ ra**. 요즘 그 할머니는 점점 건강해진다.
	Tình hình càng ngày càng **sáng lên**. 상황이 점점 좋아지고 있다.

2) 형용사 + đi / lại: 좋지 않은 상태로의 변화

주어 + 형용사 + đi / lại	Sau khi đi biển về, da của tôi **đen đi**. 해변에 다녀온 후 피부가 탔다(검어졌다).
	Sức khoẻ của ông ngoại tôi ngày càng **yếu lại**. 외할아버지의 건강이 점점 안 좋아지고 있다.

❷ thế mà

① 상반된 내용이 이어질 때 쓰이며, '그러나', '하지만'으로 해석한다.

주어 + 동사 + thế mà + 주어 + 동사	Ông ấy đã cao tuổi rồi, **thế mà** vẫn rất khoẻ. 그 할아버지는 연세가 많으시지만 여전히 건강하시다.
	Anh ấy sắp đi nước ngoài, **thế mà** không nói với gia đình. 그는 곧 외국에 가지만 가족에게 이야기하지 않았다.

✎ 주어가 같은 경우 그중 하나를 생략할 수 있다.

② 문두에서 상대방 의견에 상반되는 내용을 이야기하면서 놀라움을 표현할 때 사용되며, '그래? 그런데…'로 해석한다.

Thế mà + 주어+ 동사	A: Anh Hùng nói với tôi anh ấy bỏ thuốc lá rồi. 홍 형/오빠가 나에게 담배를 끊었다고 이야기했어. B: Thế mà hôm qua tôi vẫn thấy anh ấy hút. 그래? 그런데 어제 나는 그 형/ 오빠가 담배 피는 걸 봤어.
	A: Ngày mai chúng ta nghỉ học đấy. 내일 우리 휴강이래. B: Thế mà tôi không biết gì cả. 그래? 그런데 나는 몰랐어.

❸ ngoài A, ~ còn B

'A뿐만 아니라 B하다'의 문형으로, A와 B에는 형용사나 동사가 올 수 있으며 문장 끝에 'nữa'를 사용할 수 있다.

1) Ngoài A, 주어 + còn B 2) 주어 + ngoài A + còn B	Ngoài tiếng Việt, tôi còn học tiếng Anh (nữa). 베트남어 외에 나는 영어를 더 공부한다. = Tôi ***ngoài*** học tiếng Việt ***còn*** học tiếng Anh.
	Ngoài đẹp, chị Lan còn thông minh (nữa). 아름다울 뿐만 아니라 란 누나/언니는 총명하다. = Chị Lan ***ngoài*** đẹp ***còn*** thông minh.

❹ A ngoài ra ~ còn B

'주어는 A할 뿐 아니라 B하다'의 문형으로, 문장 끝에 'nữa'를 사용할 수 있다.

주어 1 + 동사 1 + ngoài ra + 주어 1 + còn + 동사 2	Tôi học tiếng Việt, ngoài ra tôi còn học tiếng Anh (nữa). 나는 베트남어를 공부할 뿐 아니라 영어도 공부한다.
	Anh ấy đi Mỹ, ngoài ra anh ấy còn đi Pháp (nữa). 그는 미국에 갔을 뿐 아니라 프랑스에도 갔다.
	Cô Mai mua máy vi tính, ngoài ra cô ấy còn mua tivi (nữa). 마이 씨는 컴퓨터를 샀을 뿐 아니라 텔레비전도 샀다.

주어가 같은 경우 그중 하나를 생략할 수 있다.

Luyện tập

1. Tìm từ ngữ thích hợp và điền vào chỗ trống trong những câu sau.

đắn đo   gắn kết   sum vầy   quây quần   tĩnh lặng   phòng ngừa   tượng trưng

1) Trong tình yêu, màu tím _______ cho sự chung thuỷ.
2) Tiêm vắc xin từ nhỏ giúp _______ nhiều bệnh nguy hiểm.
3) Chuseok là dịp để người Hàn _______ và dành thời gian bên gia đình.
4) Sếp đóng vai trò quan trọng trong việc _______ các nhân viên cấp dưới.
5) Tôi thích bầu không khí _________ của khu vườn nhà tôi vào buổi sáng sớm.
6) Tôi và bạn bè thích _______ bên lửa trại mỗi khi đi du lịch về vùng nông thôn.
7) Cứ đến tháng 6 là các em học sinh lớp 12 Việt Nam thường _______ nhiều khi lựa chọn chuyên ngành đại học.

2. Chọn một trong các từ "ra, đi, lên, lại" thích hợp điền vào chỗ trống.

1) Dạo này trông bác ấy trẻ _______.
2) Dạo này tôi ăn nhiều nên béo _______.
3) Thời tiết càng ngày càng xấu _______.
4) Sau kì nghỉ hè, cô ấy đen _______ nhiều.
5) Sau khi đọc truyện cười, chị ấy vui _______.
6) Anh ấy làm việc vất vả nên tóc bạc _______.
7) Dạo này thời tiết ở Seoul ngày càng nóng _______.
8) Tình hình thế giới ngày càng phức tạp _______.

9) Bà ấy tập thể dục chăm chỉ nên bà ấy khoẻ _______.

10) Bức tranh này to quá! Cậu vẽ nhỏ _______ thì tốt hơn.

3. Nối A và B thành câu hoàn chỉnh.

	A				B
1	Chị ấy nói thật	•	thế mà	•	vẫn chưa nhận thẻ nhân viên.
2	Ông Nam 75 tuổi	•		•	mọi người không tin.
3	Tôi đã dặn đi dặn lại	•		•	cô ấy vẫn quên.
4	Anh Nam đã bắt đầu làm việc	•		•	vẫn đi leo núi mỗi tuần.
5	Dự báo thời tiết nói hôm nay trời nóng	•		•	trời lại mưa.

Bài 10

4. Sử dụng cấu trúc "Ngoài A, ~ còn B" viết lại các câu sau.

anh Lee / học / tiếng Anh / tiếng Pháp
→ Ngoài tiếng Anh, anh Lee còn học tiếng Pháp.

1) cô Nga / thích / nhạc cổ điển / nhạc Jazz

2) em gái tôi / đọc / tiểu thuyết / truyện ngắn

3) anh Tấn / nghiên cứu / văn học Việt Nam/ lịch sử Việt Nam

4) anh Kim / có thể nấu /món ăn Ý / món ăn Hàn Quốc

5) ông Tuấn / sáng tác / thơ / kịch

5. Dựa vào bài hội thoại và bài đọc hiểu, hãy trả lời các câu hỏi sau.

Phần 1

1) Ông Táo là ai?

2) Ngày 23 tháng 12 âm lịch là ngày gì?

3) Phong tục lễ Tết của Việt Nam có đặc điểm gì?

4) Tết Đoan ngọ tại Việt Nam là ngày tết thế nào?

5) Tết Nguyên đán và tết Trung thu Việt Nam khác gì so với Hàn Quốc?

Phần 2

1) Bánh chưng, bánh giầy tượng trưng cho điều gì?

2) Việc dâng bánh chưng, bánh giầy lên bàn thờ tổ tiên có ý nghĩa gì?

3) Những thứ nào được xem là đặc trưng tiêu biểu cho tết Nguyên đán Việt Nam?

Hãy giới thiệu về ý nghĩa của món ăn truyền thống trong dịp tết Nguyên đán của Hàn Quốc.

bữa ăn thứ 11
menu

bánh trôi nước

cơm rượu

11

Ăn gì vào tết Đoan ngọ?

bánh trôi nước

Sau cuộc hội thoại với Hiền, nó liền về nhà, gõ máy tính và tìm hiểu thêm một vài thông tin của tết Đoan ngọ Việt Nam và Hàn Quốc. Đúng là tết Đoan ngọ được tổ chức vào ngày 5 tháng 5 âm lịch. Đây là một ngày tết truyền thống tại Trung Quốc cũng như một số nước châu Á như Hàn Quốc,Việt Nam... Tuy vậy, mỗi nước có phân tích về mặt ý nghĩa và thực hiện nghi lễ hơi khác nhau. Bất ngờ thật! Ai mà biết được

TIP!

liền

'liền + 동사' 또는 '동사 + liền'의 형태로 쓰여서 '~하자마자'를 의미한다. 'Ngay'와 비슷한 표현으로, 어떤 행동을 말하는 순간 바로 실행함을 의미한다.

điều này chứ!

Ở Việt Nam, tết Đoan ngọ được gọi là tết Đoan dương, hiểu theo nghĩa gốc từ Hán: Đoan là mở đầu, Ngọ là giữa trưa, dương là mặt trời và dương khí. Tết Đoan ngọ là thời điểm giữa trưa, khi mặt trời lên cao và khí dương hưng thịnh nhất. Ngoài ra, đây cũng là lúc sâu bệnh sinh sôi phát triển mạnh, gây hại mùa màng, vật nuôi và con người cũng dễ bị bệnh. Vì vậy, theo quan niệm của người Việt xưa, tết Đoan ngọ là thời điểm thích hợp nhất để tiêu diệt các loại côn trùng gây hại cho cây trồng và ăn các món ăn tốt cho sức khoẻ để phòng dịch bệnh. Thời điểm đẹp nhất để thực hiện nghi lễ cúng là đúng 12 giờ trưa hoặc trong khoảng 7-9 giờ sáng. Ngoài ra, người dân cũng ăn mừng giai đoạn chuyển mùa, cầu chúc trời quang mây tạnh và bình an.

TIP!

Ai mà

❶ 주로 구어체에서 다른 사람의 말이나 생각을 반박할 때 감탄사처럼 사용한다.

❷ 상황에 따라 '누가 ~하겠어(~하는 사람이 없다)'라는 부정의 의미를 나타낼 수 있다.

A: Cô ấy lại được nhận học bổng.

B: Ai mà làm được như cô ấy chứ.

❸ 상황에 따라 '누가 모르겠어(누구나 안다)'라는 긍정을 강조하는 의미로 쓰인다.

A: Hàn Quốc có tuyết rơi vào mùa đông.

B: Ai mà không biết điều đó.

Ở Hàn Quốc, tết Đoan ngọ được gọi là Danojeol, có nghĩa từ vựng vừa giống vừa khác với Việt Nam: Đoan có nghĩa là mở đầu, Ngọ được hiểu là ngũ, tức số 5. Đoan ngọ nhằm vào ngày 5 tháng 5, là ngày thứ 5 của tháng mở đầu một mùa hè, số lẻ 5 lặp lại hai lần tượng trưng cho lúc dương khí hưng thịnh nhất, mọi sinh vật đều nhận được khí dương và phúc lành của đất trời và thần linh. Vì vậy, đây là dịp người dân nghỉ ngơi, ăn mừng mùa vụ mùa xuân, tỏ lòng biết ơn đến các thần linh và cầu chúc cho mùa màng bội thu, đồng thời làm các món ăn để bồi bổ sức khoẻ.

Cũng chính bởi vì một chút khác biệt nêu trên, ẩm thực và nghi lễ đón tết này của hai nước cũng có nét riêng. Người Việt thường nấu và cúng các món ăn lên men hoặc các loại hoa quả có vị chua, chát để tiêu diệt các loại kí sinh, xua đuổi bệnh tật trong cơ thể như rượu nếp, cơm rượu, bánh tro, bánh trôi nước, quả vải, đào, mận... Họ ăn thực phẩm lên

TIP!

đúng giờ Ngọ
낮 12시(12 giờ trưa)를 의미한다.

nhiều lần
'여러 번'의 의미로, 단오절 정오에 행하는 태양을 보는 의식에서는 남성은 일곱 번, 여성은 아홉 번 눈을 깜빡거린다.

men như cơm rượu hoặc uống rượu nếp vào sáng sớm ngày tết Đoan ngọ ngay khi vừa thức dậy, lúc bụng đang đói. Vị cay, nóng, đắng và chua của men vi sinh có trong các món này giúp cơ thể tiêu diệt các loại kí sinh trong hệ tiêu hoá. Cả hai món ăn này đều được làm từ gạo nếp nấu chín và ủ lên men, vừa có vị ngọt vừa có vị chua cay. Tại miền Nam và miền Trung, người dân ưa chuộng món bánh tro. Bánh tro có hình tam giác, gói bằng lá chuối, bên trong có bột gạo nếp pha với các loại tro được đốt từ các loại cây khô (rơm, cây vừng...), ăn kèm với mật mía. Thành phần tro giúp dễ tiêu hoá, làm mát ruột và thải độc. Bánh trôi nước cũng phổ biến trong tết Đoan ngọ, làm từ bột nếp, đậu xanh, gừng giúp làm mát và thải độc cơ thể.

Một điểm khá thú vị về tết Đoan ngọ của Việt Nam chính là thời điểm ăn cơm rượu vào sáng sớm khi bụng đang đói để làm sạch ruột. Một nghi thức khá thú vị khác chính là nhìn thẳng lên mặt trời bằng mắt thường vào đúng giờ Ngọ khi bạn nháy mắt nhiều lần thì sẽ không bị bệnh đau mắt.

Người Hàn Quốc thì ăn mừng tết Đoan ngọ rộn ràng trong không khí lễ hội với các trò chơi dân gian như xích đu, đấu vật... vừa giải trí vừa rèn luyện thể lực. Một phong tục vô cùng độc đáo khác là phụ nữ gội đầu với nước ngâm với các loại hoa giàu dưỡng chất và dương khí như hoa diên vĩ... giúp làm sạch da đầu, loại bỏ các loại bọ bám trên tóc, giúp da đầu không bị ngứa, tóc mọc dày đẹp đồng thời xua đuổi âm khí, ma quỷ. Ngoài ra, trong triều đình và giới quý tộc ngày xưa, các quan trên sẽ tặng quạt cho kẻ dưới để xua đuổi cái nóng mùa hè. Các món ăn trong dịp này chủ yếu tập trung vào mục đích bồi bổ dương khí, giúp cơ thể tăng sức đề kháng, giải nhiệt, tiêu biểu nhất là món 'Soorichwitteok (bánh gạo lá hoa cúc)'. Món bánh này được làm từ gạo nếp, trộn với lá hoa cúc hoặc lá ngải cứu giã nhuyễn, tạo hình hoa văn bánh xe kéo rồi hấp chín. Thành phần lá hoa cúc hoặc ngải cứu giàu vitamin giúp cơ thể giảm bớt mệt mỏi, thải độc tố. Hoa văn bánh xe kéo mang tính biểu tượng tâm linh của người Hàn xưa, sử dụng nhiều trong các loại gốm sứ, với niềm tin là giúp xua đuổi tai ương, xui xẻo.

Từ vựng mới

bồi bổ 강화하다
dương khí 양기
gõ 두드리다
giã nhuyễn 분쇄하다
hoa diên vĩ 창포꽃
hoa văn 무늬
kí sinh 기생충
ngải cứu 쑥과 식물
nghi thức 예식, 의식
phân tích 분석하다
phòng dịch 전염병을 예방하다
sinh sôi 늘리다, 증가시키다
tiêu diệt 근절하다, 전멸시키다

Cơm rượu và bánh trôi nước

Trong nghi thức cúng lễ tết truyền thống của khu vực châu Á nói chung và Việt Nam nói riêng, rượu và các loại bánh, trái cây luôn là những món ăn quen thuộc được đặt lên bàn thờ. Ở đâu có nghi thức cúng tế là ở đó luôn có rượu, bánh, trái cây. Nếu Tết âm lịch có bánh chưng, bánh tét, tết Trung thu có bánh Trung thu, thì tết Đoan ngọ có cơm rượu, bánh trôi nước là những đặc trưng ẩm thực tiêu biểu.

Cơm rượu là món ăn không thể thiếu trong ngày tết Đoan ngọ. Chính bởi vị cay nóng, chua chua, đắng đắng nên cơm rượu được xem là món ăn vô cùng hiệu quả để loại bỏ kí sinh trùng trong cơ thể. Cơm rượu được chế biến từ gạo nếp, nấu thành xôi, để nguội, vo thành khối nhỏ rồi ủ với men rượu cho lên men thành rượu sau 3-4 ngày. Gạo nếp được dùng làm rượu thường phải là nếp cẩm hoặc nếp cái hoa vàng. Tuy vậy, với lãnh thổ trải dài đến 3.200km và có đến 54 dân tộc, mỗi địa phương sẽ có cách chế biến, nguyên liệu và hình thức trình bày cơm rượu sẽ khác nhau. Cơm rượu miền Bắc không được nặn thành khối trước khi ủ lên men nhưng cơm rượu miền Trung được nặn thành khối vuông

TIP!

nếp cẩm
흑미 찹쌀을 가리키며, 현미 찹쌀은 'nếp cái hoa vàng'으로 쓴다.

và cơm rượu ở miền Nam được nặn thành khối tròn. Khi ăn, món ăn có cả phần cơm nếp riêng và phần nước rượu rưới lên, như món cơm được chan nước canh, tương tự món Gukbap của Hàn Quốc.

Món ăn dịp tết "diệt sâu bọ" của người Việt, cơm rượu không chỉ là món ăn ngon mà còn là một vị thuốc giúp tăng sức đề kháng, ngăn ngừa nhiều bệnh tật. Khi nhìn và nếm thử cơm rượu Việt Nam thì người Hàn Quốc cũng có thể dễ dàng liên tưởng và so sánh với rượu gạo makgeolli. Cả hai thứ đều là thực phẩm lên men từ gạo và là một loại rượu được dân gian đánh giá là món ăn tốt cho sức khoẻ hơn các loại rượu thông thường. Cả hai món này cũng có phần nước rượu và phần cơm rượu tách biệt. Ngoài vị chua cay của rượu, cả hai món đều có vị ngọt dịu của gạo nếp nên phù hợp với khẩu vị của nhiều người.

Bánh trôi nước được cúng vào tết Đoan ngọ và cả tết Hàn thực ngày 3/3 âm lịch. Cách làm bánh trôi nước cũng như ý nghĩa cúng bánh vào tết Hàn thực tại Việt Nam thể hiện văn hoá "uống nước nhớ nguồn". Hai sự kiện tiêu biểu nhất thể hiện màu sắc dân tộc này của người Việt chính là tục lệ dâng bánh trôi nước vào dịp lễ hội Hai Bà Trưng (6/3 âm lịch) và giỗ tổ Hùng Vương (10/3 âm lịch). Bánh trôi nước được làm từ bột gạo và đậu xanh, hai loại lương thực quan trọng trong nông nghiệp xưa, tượng trưng cho sự hài hoà thiên nhiên, cầu mong mùa màng bội thu. Bánh được nặn thành hình tròn nhỏ, vỏ bánh là phần bột gạo màu trắng trong, nhân bên trong là đậu xanh ngọt lịm. Mỗi một phần ăn sẽ có nhiều bánh nhỏ bên trong, tượng trưng cho cội nguồn "trăm trứng nở trăm con", "con Rồng cháu Tiên" của người Việt xưa. Về tên gọi "bánh trôi nước" phổ biến hiện nay, có nhiều lập luận và giả thuyết, tuy nhiên người

TIP!

Hai Bà Trưng
베트남의 민족영웅 쯩 짝(Trưng Trắc), 쯩 니(Trưng Nhị) 자매를 가리킨다. 쯩 짝은 1세기 중국 후한의 지배하에 있던 베트남(남비엣)의 독립을 쟁취한 후 약 3년간 나라를 다스렸다.

giỗ tổ Hùng Vương
베트남 건국 시조인 훙왕(Hùng Vương)을 기리는 베트남의 공휴일. Hùng Vương은 기원전 2879년부터 기원전 258년까지 '반랑(Van Lang)국'을 다스린 18인의 왕들을 칭한다.

TIP!

"trăm trứng nở trăm con"
"con Rồng cháu Tiên"

베트남 건국신화 '락 롱 꾸언과 어우 꺼(Lạc Long Quân và Âu Cơ)'에서 유래한 표현으로, 'trăm trứng nở trăm con'은 '백 개의 알에서 백 명의 아들이 태어났다'라는 의미다. 'con Rồng cháu Tiên'은 베트남 사람들이 스스로를 '용과 선녀의 후예'로 부르는 베트남 민족 간의 단결을 의미한다.

dân lại quen thuộc với lập luận liên quan đến sự phổ biến của bài thơ "Bánh trôi nước" nổi tiếng của nữ thi sĩ Hồ Xuân Hương. "Bánh trôi nước" được Hồ Xuân Hương miêu tả là "bảy nổi ba chìm với nước non" vừa mang tính ẩn dụ vừa là hình ảnh thực tế chiếc bánh nổi trong nồi nước nóng ở giai đoạn luộc bánh. Bánh trôi nước cũng được biến tấu khác nhau theo vùng miền. Bánh trôi nước miền Bắc là những viên bánh tròn nhỏ, có nhân là đường phèn làm từ mật mía, không ăn kèm với nước đường, khi ăn có thể phủ lên một ít gừng thái sợi, hạt vừng và dừa nạo sợi. Bánh trôi nước miền Nam là những viên bánh tròn to, có nhân là đậu xanh, ăn kèm với nước đường gừng sền sệt và nước cốt dừa.

Tháng 3 âm lịch (tết Hàn thực) và tháng 5 âm lịch (tết Đoan ngọ) là thời điểm thời tiết Việt Nam khá nóng nực. Vì vậy, với nguyên liệu bột gạo và đậu xanh có tính thanh mát, món bánh trôi nước ngoài ý nghĩa thể hiện lòng biết ơn tổ tiên còn là món ăn được sáng tạo xuất phát từ nhu cầu thưởng thức các món ăn giải nhiệt.

Từ vựng mới

cúng tế 제사 지내다
giun 벌레, 연충
hiệu quả 효과적인
kí sinh trùng 기생충
mật mía 당밀
ngăn ngừa 피하다, 방지하다
ngọt lịm 매우 단
nhu cầu 요구하다
sán 촌충, 회충
tách biệt 떼어놓다, 분리하다
ủ (với) (~으로) 따뜻하게 하다
ủ lên 따뜻하게 하다

Ngữ pháp

❶ khi A thì B

① 'A할 때 B하다'의 의미로 사용되며 이때 A는 조건, B는 결과를 나타낸다.

Khi + 주어 + 동사 + thì + 주어 + 동사	**Khi** thầy giáo gọi tôi **thì** tôi đang ngủ gật. 선생님이 나를 불렀을 때 나는 졸고 있었다.
	Khi chúng tôi đang xem phim **thì** mất điện. 우리가 영화를 보고 있을 때 정전이 되었다.

② A와 B가 동시에 발생했음을 표현할 때 사용한다.

Khi + 주어 + 동사 + thì + 주어 + 동사	**Khi** Nam làm bài tập ở nhà **thì** Lan viết thư cho bạn. 남이 집에서 공부하고 있을 때 란은 친구에게 편지를 썼다.
	Khi anh ấy bước vào phòng **thì** bà giám đốc đang nói chuyện qua điện thoại. 그가 방에 들어갔을 때 사장은 통화 중이었다.

❷ ở đâu A (là / thì) ở đấy B

'어디에든 ~(다)면 그곳에 ~ 있다'라는 의미로, A와 B에는 동사가 사용된다.

ở đâu + 동사 + (là / thì) + ở đấy + 동사	**Ở đâu** có dân cư **là ở đấy** có chợ. 어디에든 사람이 있다면 그곳에 시장이 있다.
	Ở đâu có lễ hội **ở đó** có biểu diễn. 어디에든 축제가 있다면 그곳에 공연이 있다.

Bài 11

bao nhiêu A bấy nhiêu B: A하는 만큼 B하다

bao nhiêu + 동사 + (là / thì) bấy nhiêu + 동사	**Bao nhiêu** người đến họp **thì bấy nhiêu** người tham gia thảo luận. 회의에 온 사람만큼 많은 사람이 토론에 참여한다. (회의에 참석한 (모든) 사람이 토론에 참여한다.)
동사 + bao nhiêu (là / thì) + 동사 + bấy nhiêu	Xoài ngon quá, tôi mua **bao nhiêu** ăn hết **bấy nhiêu** ngay. 망고가 매우 맛있어서 나는 산 만큼 다 먹었다.

❸ đến / tới / những / tận + 수량

시간, 수량, 깊이, 길이 등의 정도가 지나침을 표현할 때 사용한다.

đến / tới / những / tận + 시간(thời gian): quá lâu, quá muộn	Con mèo đã ngủ **tới 4 tiếng**. 고양이는 4시간이나 잤다.
	Hôm qua, tôi thức đến **tận 2 giờ sáng** để làm bài. 어제 나는 숙제를 하기 위해 새벽 2시까지 깨어 있었다.
đến / tới / những / tận + 양(số lượng): quá nhiều	Em trai tôi ăn **tới 3 chiếc kem**. 내 남동생은 아이스크림을 3개나 먹었다.
	Tôi ăn **những 3 bát phở bò**. 나는 소고기쌀국수를 세 그릇이나 먹었다.
đến / tới / những / tận + 수량 (khoảng cách / danh từ địa điểm): quá sâu, quá xa, quá quan trọng	Bể bơi này sâu **tới 4m**. 이 수영장은 수심이 4m나 된다.
	Từ nhà chị ấy đến trường **những 10km**. 그녀의 집에서 학교까지 10km나 된다.
	Chị Mai làm việc ở **tận Bộ Ngoại giao**. 마이 씨는 외교부에서 일한다. (업무의 중요성을 나타낼 때도 사용)

Luyện tập

1. Tìm từ ngữ thích hợp và điền vào chỗ trống trong những câu sau.

gõ   diệt   nguội   nhu cầu   hiệu quả   nghi thức   phân tích

1) Vào mùa hè, _______ mua máy lạnh tăng cao.
2) Bà tôi thường chờ đồ ăn _______ bớt rồi mới bắt đầu ăn.
3) Phương pháp học mới giúp anh ấy học thuộc từ vựng _______.
4) Chào hỏi là _______ giao tiếp quan trọng của người Hàn Quốc.
5) Nhân viên _____ thị trường tiềm năng trước khi phát triển sản phẩm mới.
6) Tôi thường tham khảo thông tin internet để ________ gián và muỗi trong nhà.
7) _________ chuông tại tháp chuông Bosingak vào lễ giao thừa là sự kiện được tổ chức hàng năm ở Seoul.

2. Sử dụng cấu trúc "Khi A thì B" viết lại các câu sau.

làm bài tập / nghe nhạc / em gái tôi
→ Khi làm bài tập thì em gái tôi nghe nhạc.

1) cảm thấy mệt / không muốn ăn gì cả / tôi

2) về với thiên niên / thấy rất yên bình / tôi

3) biết người yêu cũ đã lấy chồng / tiếc nuối / anh ấy

4) có chương trình giảm giá / mua rất nhiều / chị gái tôi

5) đến gia đình Việt Nam / sẽ tiếp bạn như một vị khách quý / họ

giảng bài / rất tập trung / cô giáo - học sinh
→ Khi cô giáo giảng bài thì học sinh rất tập trung.

1) đang lái xe / mưa to / tôi / trời

2) về nhà / đang nấu phở / tôi – mẹ tôi

3) đang xem ti vi / chơi game / ông nội – tôi

4) đến thư viện / đang đọc sách ở đó / tôi – bạn tôi

5) gọi điện thoại đến văn phòng / nghe máy / tôi – không ai

3. Sử dụng cấu trúc "A bao nhiêu là / thì B bấy nhiêu" viết lại các câu sau bằng tiếng Việt.

1) 나는 요리한 만큼 먹었다.
2) 내가 열심히 하는 만큼 나는 높은 점수(điểm tôi cao)를 받는다.
3) 이 식당에서는 먹는 만큼 지불한다.
4) 형/오빠가 가격을 부르는 만큼 내가 지불할게요.
5) 외할머니가 어머니를 생각하는(thương) 만큼 어머니도 외할머니를 생각한다.

4. Sử dụng từ vựng có sẵn hoàn thành các câu sau.

những 60km	cao đến 1.340m	nặng những 5kg
những 2 bằng đại học	câu được tận 10 con cá	

1) Núi này ________________________.
2) Từ đây đến chùa Yên Tử ________________________.

3) Con chó này chỉ nặng 3kg, con chó kia ________________.

4) Hôm qua bạn ấy chỉ câu được 2 con cá, tôi ________________.

5) Anh Sơn chỉ có 1 bằng đại học, anh Hùng có ________________.

5. Dựa vào bài hội thoại và bài đọc hiểu, hãy trả lời các câu hỏi sau.

Phần 1

1) Người Việt Nam thường ăn gì vào tết Đoan ngọ?

2) Tên gọi tết Đoan dương có ý nghĩa như thế nào?

3) Tên gọi tết Đoan ngọ của Hàn Quốc có ý nghĩa như thế nào?

4) Người Việt Nam cho rằng tháng 5 là thời điểm tốt để làm việc gì?

5) Phong tục tết Đoan ngọ tại Hàn Quốc và Việt Nam khác nhau như thế nào?

Phần 2

1) Bánh trôi chứa đựng ý nghĩa gì?

2) Cơm rượu được xem là món ăn gì?

3) Ngoài tết Đoan ngọ, bánh trôi còn được sử dụng trong những dịp nào?

Người Hàn Quốc thường ăn các món ăn gì vào dịp tết Đoan ngọ?
Ý nghĩa của các món ăn đó là gì?

bữa ăn thứ 12
menu

bánh Trung thu

12

Vui tết Trung thu

Càng tìm các thông tin về phong tục lễ tết của Việt Nam càng khiến nó tò mò hơn về sự thay đổi của những phong tục đó từ xưa đến nay. Hôm trước khi đến nhà Hiền gói bánh chưng, nó được nghe kể là phong tục xưa đang dần thay đổi rất nhiều trong nhịp sống hiện đại. Và tết Trung thu là một trong số những lễ tết không tránh khỏi bị ảnh hưởng như thế.

> **TIP!**
> **không tránh khỏi + 동사**
> ~할 수밖에 없다,
> ~을 피하지 못하다

Trước khi đến Việt Nam, hình ảnh tết

Trung thu của người Việt mà nó được nhìn thấy qua các phương tiện truyền thông là những con phố bán nhiều đèn lồng rực rỡ, những sạp hàng bán bánh Trung thu tấp nập trước dịp lễ này hay các quảng cáo gia đình đoàn tụ cùng ăn bánh Trung thu... Vốn sinh ra tại Hàn Quốc, từng nhiều lần đến các khu phố Tàu tại Incheon và Busan, những hình ảnh này khiến nó nghĩ rằng tết Trung thu Việt Nam có vẻ là tương tự với Trung Quốc. Nhưng thực tế đâu có như thế. Tết Trung thu của người Việt có một vài điểm khác biệt. Đối với người Việt, đèn lồng Trung thu không được treo trước cửa nhà, tượng trưng cho sự may mắn bình an như người Trung Quốc mà chủ yếu là được làm cho trẻ em chơi. Cách thức mọi người ăn mừng Trung thu tại mỗi nước cũng hơi khác nhau cũng như rất khác với tết Chuseok của Hàn Quốc. Và để làm rõ hơn những điểm thắc mắc này, nó đã nhắn tin cho Hiền để hỏi.

TIP!

đâu có
주로 구어체에서 다른 사람의 생각이나 의견을 부정할 때 사용한다.

(Nội dung chat)

Yuna Hiền ơi, hôm trước mình có nghe bố mẹ cậu nói là tết Trung thu ngày xưa thường là dịp cả gia đình quây quần cúng rằm tháng 8 rồi cùng nhau ngắm trăng tròn phải không?

Hiền Ừ. Hồi nhỏ, mỗi khi đến tết Trung thu, sau khi cúng rằm, gia đình mình thường cùng nhau ra sân ngồi ngắm trăng, thưởng thức bánh Trung thu, uống trà, ông bà thì kể cho chúng mình nghe sự tích "Chú Cuội ngồi gốc cây đa". Hoặc trẻ con trong xóm làm lồng đèn ông sao, cùng tụ tập rước đèn Trung thu, rồi đến nhà của một người bạn nào đó, cùng chơi đùa, phá cỗ, vừa ngắm trăng tròn vừa nghe người lớn kể chuyện cổ tích, dự đoán tương lai và mùa màng theo màu sắc trăng rằm nữa. Vui lắm!

Yuna Ôi thích thế! Nhưng mà nhìn vào màu sắc thì đoán được gì?

Hiền Trăng màu vàng thì mùa màng bội thu, màu xanh da trời hoặc màu xanh lá thì sẽ có thiên tai, màu cam thì đất nước hoà bình thịnh vượng.

Yuna Thế, bây giờ những phong tục này không còn nữa à?

Hiền Tiếc là không còn nhiều gia đình giữ hoạt động này như trước nữa. Cuộc sống hiện đại, mọi người bận rộn nên bây giờ tết Trung thu chỉ là dịp tặng bánh Trung thu cho nhau, đi chụp hình phố đèn lồng thôi.

> TIP!
>
> **Tiếc là**
>
> '아쉽게도 ~하다'로 해석하며, 문장 첫머리에서 어떤 사건이나 일에 대해 아쉬움을 표현할 때 사용한다.

Yuna Hoá ra là thế. Tiếc thật, giá mà mình được một lần thử phá cỗ Trung thu như thế. Mình muốn biết mâm cỗ cúng dịp Trung thu của người Việt như thế nào.

Hiền Thông thường thì mâm cỗ gồm có bánh Trung thu, các loại kẹo, mía, bưởi, quả thị, đèn lồng... tuỳ từng nhà. Mâm cỗ này là để dâng lễ vật tế trăng và trời đất để cầu mong bình an, may mắn, mùa màng tươi tốt và gia đình đoàn tụ. Ở một vài nơi, sau khi cúng xong, sẽ có nhóm múa lân đi đến từng nhà, cùng với các em thiếu nhi đi phá cỗ để chúc bình an và thịnh vượng đến nhà nhà.

Yuna Ơ, thế không phải múa lân thường chỉ có vào dịp tết Nguyên đán hoặc dịp khai trương quan trọng à Hiền?

Hiền Không, người Việt thường tổ chức múa lân đơn giản cho thiếu nhi vào dịp Trung thu, còn múa lân rồng quy mô hơn vào dịp tết Nguyên đán. Những phong tục này là nét riêng biệt chỉ Việt Nam mới có. Ý nghĩa của trăng rằm trong tết Trung thu Việt Nam thời xưa gắn liền với hoạt động nông nghiệp, cũng khá giống với Hàn Quốc phải không?

Yuna Cậu luôn nói là tết Trung thu ở Việt Nam là tết thiếu nhi, đây là điểm rất khác với Trung Quốc hay Hàn Quốc. Đặc điểm này có từ xưa luôn phải không?

Hiền Tết Trung thu Việt Nam không phải là ngày nghỉ lễ. Kể từ tết Trung thu đầu tiên sau ngày Tuyên ngôn Độc lập năm 1945, mỗi năm Bác Hồ đều gửi thư cho thiếu nhi vào dịp này. Kể từ đó, tết Trung thu Việt Nam hướng đến các em thiếu nhi nhiều hơn và được gọi là tết thiếu nhi.

Yuna Mình hiểu rồi. Cám ơn cậu đã giải thích cụ thể cho mình nhé.

Hiền Hihi, đã nhiệt tình lại còn dễ tính. Một đứa bạn như mình quá chuẩn phải không?

> **TIP!**
>
> **Bác Hồ**
> 호 아저씨. 호찌민 주석을 친근하게 부르는 표현이다.

Bài 12

Sự tích Chú Cuội ngồi gốc cây đa

Ngày xưa, có một người tiều phu tên Cuội trồng được một cây đa quý. Cây đa này phải được tưới bằng nước giếng trong. Một hôm Cuội đi vắng, người vợ không biết đã tiểu tiện lên cây, khiến cây đa quý bị bật gốc bay lên trời. Thấy thế, Cuội bám vào rễ cây níu kéo lại nhưng không được. Cuối cùng, Cuội bị bay lên cung trăng cùng với cây đa. Từ đó, vào ngày trăng rằm, khi nhìn lên mặt trăng, có thể thấy một vết đen rõ hình một cây cổ thụ có người ngồi dưới gốc cây. Người lớn luôn truyền miệng nhiều câu chuyện lại cho thế hệ sau, đặc biệt là trẻ em, đó là hình ảnh chú Cuội ngồi gốc cây đa.

Từ vựng mới

- **bánh Trung thu** 월병(月餠), 추석 떡
- **chơi đùa** 즐겁게 놀다
- **đoàn tụ** 모이다
- **nhịp sống** 생체리듬
- **phá cỗ** 잔칫상을 받다
- **sạp hàng** 가게, 판매대
- **tò mò** 호기심 있는
- **tụ tập** 모이다, 모으다
- **thắc mắc** 궁금하다, 의문을 품다
- **thiên tai** 자연재해
- **thịnh vượng** 번영한, 왕성한

Bánh Trung thu

Tết Trung thu là cái tết lớn thứ ba trong năm tại Việt Nam. Hình ảnh tết Trung thu Việt Nam thường gắn liền với lễ rước đèn Trung thu của các em thiếu nhi và những chiếc bánh Trung thu. Ngày nay, cứ đến ngày rằm tháng 8, người Việt sẽ đi mua những chiếc bánh Trung thu đa dạng để tặng nhau, đưa lên bàn thờ tổ tiên cúng, sau đó cùng nhau thưởng thức luôn. Bánh Trung thu được sử dụng như một cách thức chào mừng trăng tròn của người xưa. Tại Việt Nam, bánh Trung thu được chế biến thành hai hình thức bánh dẻo và bánh nướng. Bánh Trung thu được làm thành hình tròn hoặc hình vuông. Vỏ bánh làm bằng bột mì lên men, có thêm đường, trứng gà và rượu. Nhân bánh có rất nhiều loại từ đậu xanh, khoai môn, hạt sen, sầu riêng, trứng muối cho đến thập cẩm... Trứng muối có vị mằn mặn, nhân trứng vàng và tròn tượng trưng cho hình ảnh trăng rằm. Trên vỏ bánh thường in hoa văn chữ Hán có ý nghĩa tốt lành hoặc hình ảnh hoa sen, hoa lá, long-lân-quy-phụng... Ngoài hình tròn và hình vuông, bánh Trung thu nướng truyền thống thời xưa cũng được tạo hình cá chép, rồng... Bánh Trung thu dạng dẻo được xem là một phiên bản bánh Trung thu biến tấu mang ít nhiều bản sắc Việt Nam. Bánh dẻo làm bằng bột nếp trắng, nhồi với đường, nước hoa bưởi, đúc trong khuôn gỗ hình tròn. Nhân bánh được làm bằng hạt sen hoặc đậu xanh xay nhuyễn. Thông thường bánh dẻo được đúc thành hình tròn, cũng được tạo hình hoa văn tương tự như bánh nướng.

TIP!

luôn

주로 구어체에서 사용되며, 동사 뒤 또는 문장 끝에서 '지금 바로', '즉시'의 의미를 나타낸다.

Theo phong tục của người Việt Nam, vào

dịp tết Trung thu, người lớn sẽ bày cỗ cho trẻ em để mừng Trung thu, mua hoặc làm lồng đèn thủ công cho các em chơi rước đèn cũng như trang trí mâm cỗ. Mâm cỗ cúng Trung thu gồm bánh Trung thu, kẹo, mía, bưởi, quả thị và vài loại hoa quả khác. Thời điểm trăng lên cao, các em thiếu nhi sẽ cùng nhau múa hát, vừa ngắm trăng phá cỗ. Trẻ em rất mong đến ngày tết Trung thu vì thường được người lớn tặng đồ chơi như đèn ông sao, mặt nạ, ăn bánh nướng, bánh dẻo. Chiếc bánh Trung thu trong ngày rằm tháng 8 là một niềm vui, hạnh phúc mà nhiều cha mẹ muốn đem đến cho con cái của họ. Ngày nay, đời sống người dân Việt Nam ngày càng được nâng cao hơn, bánh Trung thu cũng đa dạng hơn với nhiều mức giá để phù hợp với nhiều đối tượng thu nhập.

TIP!

chắc hẳn ~
'~일 것 같다'란 의미로, 현상이나 사물에 대한 확실한 추측을 표현한다.

tạm + 동사
잠시/임시로 ~하다

Bánh Trung thu thường được làm thành hình tròn, tượng trưng cho ngày trăng rằm tròn đầy, sự viên mãn, đoàn viên và thịnh vượng trong cuộc sống. Vì thế, tặng bánh Trung thu cho nhau là cách mọi người bày tỏ những lời chúc tốt đẹp nhất đến người thân, bạn bè và là món quà tinh thần không thể thiếu trong dịp tết Trung thu. Với nhiều em thiếu nhi, bánh Trung thu là một món ăn vặt góp vui cho đại tiệc rước đèn, phá cỗ Trung thu tưng bừng của các em. Nhưng giữa nhịp sống hối hả tất bật thời hiện đại, chắc hẳn với không ít người Việt, đặc biệt là những người trưởng thành sống xa quê hương, bánh Trung thu lại là một thứ gì đó "rất gia đình, rất gắn bó". Họ cảm thấy được an ủi, ấm lòng hơn, cũng như tạm quên những lo lắng thường ngày khi được chậm rãi thưởng trà, nhâm nhi miếng bánh Trung thu ngọt bùi, thư thả ngắm trăng tròn cùng những người yêu thương trong một đêm Trung thu yên ả.

Từ vựng mới

bản sắc 본색, 특색
khoai môn 토란
mặt nạ 가면, 마스크
mâm cỗ 잔칫상
mức giá 물가 수준
nhâm nhi 천천히 먹다, 마시다
nhồi với ~로 채우다
phụng 불사조
thập cẩm 혼합의
viên mãn 원만한

Ngữ pháp

❶ mỗi khi A

'~할 때마다 ~하다'라는 의미로, 반복적인 행동을 나타낼 때 사용한다. 보통 빈도 부사 thường, luôn이나 부사 đều와 함께 사용한다.

구조	예문
Mỗi khi + (주어) + 서술어	**Mỗi khi** học tiếng Anh, anh ấy **đều** ghi chú từ mới vào sổ tay. 영어를 공부할 때마다 그는 새로운 단어를 수첩에 메모한다.
	Mỗi khi đi du lịch nước ngoài, tôi **luôn** mua cốc lưu niệm của địa phương. 해외여행을 할 때마다 나는 항상 그 지역의 컵을 기념품으로 산다.

❷ giá mà A thì B

'nếu A thì B'처럼 조건과 결과를 표현하지만, 조건이 현실에서 이루어질 가능성이 낮거나 과거에 이루지 못한 일에 대한 아쉬움을 표현할 때 사용한다. '만약 ~한다면 ~하다' 또는 '만약 ~이었으면/되었으면 ~했을 텐데'로 해석한다. giá 또는 thì는 생략할 수 있다.

구조	예문
Giá mà + 주어 + 동사/형용사 + thì + 주어 + 동사/형용사	**Giá** cô ấy dậy sớm **thì** không bị trễ xe buýt. 그녀가 일찍 일어났다면 버스를 놓치지 않았을 것이다.
	Giá mà tôi biết chị ấy đến **thì** tôi đã ra ga đón chị ấy. 내가 그녀가 오는 걸 알았다면 그녀를 마중 나갔을 것이다.

❸ đã A lại (còn) B

'A뿐만 아니라 B하다'란 의미로, 'không những A mà còn B'와 유사하다. A와 B에는 동사, 형용사를 사용한다.

구조	예문
주어 + đã + 동사 + lại + 동사	Em ấy **đã** thông minh **lại** chăm chỉ học. 그 아이는 총명할 뿐만 아니라 열심히 공부한다.
주어 + đã + 동사 + lại còn + 동사	Anh ấy **đã** uống nước **lại còn** uống cà phê. 그는 물을 마셨을 뿐만 아니라 커피도 마셨다.

Luyện tập

1. Tìm từ ngữ thích hợp và điền vào chỗ trống trong những câu sau.

tò mò   thủ công   đoàn tụ   giai thoại   hoạt động   nhịp sống   viên mãn

1) Có nhiều __________ thú vị về Bác Hồ và thiếu nhi.
2) Máy in không __________ do không còn giấy trong khay.
3) Con gái của anh ấy luôn __________ về thế giới xung quanh.
4) __________ sinh hoạt của người dân nông thôn khác nhiều với thành thị.
5) Gần đây, có nhiều khoá học dạy làm thế nào để có cuộc sống __________.
6) Các dân tộc ít người ở Tây Bắc có kĩ thuật nhuộm vải __________ độc đáo.
7) Trước đây, chính phủ Hàn Quốc thường tổ chức sự kiện ________ gia đình li tán hai miền Nam-Bắc tại Imjingak.

Bài 12

2. Sử dụng cấu trúc "Giá (mà) A thì B" để hoàn thành các câu sau.

1) Giá thầy Nam ở đây thì ______________________.
2) Giá mà hôm ấy không bận thì ______________________.
3) Giá anh ấy báo cho tôi biết trước thì ______________________.
4) Giá có thêm một vé đi xem phim ấy thì ______________________.
5) Giá mà hè này được nghỉ hai tháng thì ______________________.

3. Sử dụng cấu trúc "đã A lại (còn) B" viết lại các câu sau.

1) Mẹ tôi không chỉ nhanh nhẹn mà còn khéo léo.

2) Anh ấy không những ích kỉ mà còn giả dối nữa.

3) Em ấy không chỉ hát hay mà còn chơi ghi-ta giỏi.

4) Ngoài tiếng Anh, Lan còn nói được tiếng Pháp nữa.

5) Mùa đông ở Hà Nội không những lạnh mà còn ẩm nữa.

4. Dựa vào bài hội thoại và bài đọc hiểu, hãy trả lời các câu hỏi sau.

Phần 1

1) Mâm cỗ tết Trung thu gồm có những gì?

2) Các màu sắc trăng rằm có nghĩa là gì?

3) Lí do Yuna hỏi Hiền về tết Trung thu Việt Nam?

4) Tết Trung thu bắt đầu được xem như tết thiếu nhi từ khi nào? Vì sao?

5) Tại Việt Nam, múa lân và múa rồng thường được tổ chức vào dịp nào?

Phần 2

1) Lí do người Việt Nam thường mua bánh Trung thu vào rằm tháng 8?

2) Nhân bánh Trung thu gồm có những gì? Các nguyên liệu này có ý nghĩa gì?

3) Vì sao bánh Trung thu được làm thành hình tròn? Ý nghĩa của việc tặng bánh Trung thu là gì?

Người Hàn Quốc thường làm bánh Songpyeon vào Chuseok.
Hãy giới thiệu về ý nghĩa của bánh Songpyeon cũng như việc làm món ăn này.

1. 유용한 표현

1) đỡ + 형용사

사람이나 사물의 상태, 성질 등이 약해지는 것을 나타낼 때 사용한다.

주어 + đỡ + 형용사	Tôi đã **đỡ đau**. 나는 아픈 것이 괜찮아졌다.
	Tôi nghe nhạc cho **đỡ buồn**. 나는 슬픔을 덜기 위해 음악을 듣는다.

2) có + 동사 + gì đâu

주로 구어체에서 사용한다.

주어 + có + 동사 + gì đâu	A: Anh có biết chị Mai sắp về nước không? 마이 누나가 귀국하는 걸 아세요? B: Không. Anh **có biết gì đâu**. 아니. 난 (아무것도) 몰랐어.
	A: Cậu có ăn gì không? 너 뭐 먹었어? B: Không. Tớ quá mệt nên **có ăn gì đâu**. 아니. 내가 너무 피곤해서 (아무것도) 안 먹었어.

3) 의문사 + cũng được

말하는 사람의 의견을 전적으로 수용할 때 사용한다.

의문사 + cũng được	A: Cậu muốn đi đâu? 너 어디 가고 싶어? B: Tớ đi **đâu cũng được**. 나는 어디든 괜찮아.
명사 + nào + cũng được	A: Chị uống trà nào? 어떤 차를 마시겠어요? B: **Trà nào cũng được**. 어떤 차든 괜찮아요.

4) lại

'다시'의 의미로, 위치에 따라 뉘앙스가 달라진다.

동사 + lại (같은 대상에 대한 행동을 반복)	Chúng tôi đã xem phim ấy mà muốn **xem lại**. 우리는 그 영화를 봤지만 다시 보기를 원한다.
lại + 동사 (같거나 다른 대상에 대한 행동을 반복)	Bố tôi vừa đi Đà Nẵng về nhưng ngày mai bố tôi **lại đi** thành phố Hồ Chí Minh. 내 아버지는 막 다낭을 다녀오셨지만 내일 또 호찌민에 가신다.
lại + 동사 + lại (동일한 행동을 두 번 이상 반복함을 강조)	Em gái tôi đã đọc lại sách ấy rồi, bây giờ em ấy **lại đọc lại**. 내 여동생은 그 책을 다시 읽었는데, 지금 또다시 읽고 있다.

5) 동사와 형용사를 명사로 만드는 방법

동사 → 명사	**sự**	làm việc → sự làm việc tập hợp → sự tập hợp
	cuộc	sống → cuộc sống gặp gỡ → cuộc gặp gỡ
	việc	đi lại → việc đi lại ăn uống → việc ăn uống
형용사 → 명사	**nỗi**	buồn → nỗi buồn khổ tâm → nỗi khổ tâm
	niềm	vui → niềm vui tự hào → niềm tự hào

6) có + 동사

과거 사실을 강조하며 확정, 입증할 때 사용한다('정말로 ~하다').

주어 + có + 동사	Hôm qua tôi **có gặp** cô ấy ở hiệu sách. 나는 어제 정말로 서점에서 그를 만났다.
	Trước khi đến Việt Nam, tôi **có nghe nói** về Hạ Long. 베트남에 오기 전에, 나는 정말로 하롱베이에 대한 이야기를 들었다.

2. 동사 + ra / được / thấy

지각동사와 인식동사 뒤에 ra / được / thấy가 사용되면 행동의 결과를 나타내며 '~해내다'로 해석한다.

1) 동사 + ra

동사의 행위로 인한 '확장'의 결과를 표현한다.

tìm(찾다)	Bạn tôi cho tôi địa chỉ nhà nhưng tôi để đâu mà bây giờ không **tìm ra**. 친구가 집주소를 나에게 줬지만 찾지 못했다.
nhớ(기억하다)	Tôi **nhớ ra** tôi để chìa khoá ở đâu. 나는 열쇠를 어디에 두었는지 기억났다.
hiểu(이해하다)	Sau khi suy nghĩ, bạn tôi đã **hiểu ra** vấn đề ấy. 생각한 후에 내 친구는 그 문제를 이해했다.
nghĩ(생각하다)	Tôi đã **nghĩ ra** cách giải quyết bài toán này. 나는 이 수학 문제의 해결 방법을 생각해 냈다.
nhận(알아보다, 받다)	Mặc dù 10 năm rồi không gặp bạn ấy nhưng tôi vẫn **nhận ra** cô ấy. 10년 동안 못 만났지만, 나는 그 친구를 알아보았다.
phát hiện(발견하다)	Chúng tôi đã **phát hiện ra** một con thú lạ. 우리는 이상한 동물을 발견했다.

이 외에 đọc(읽다), nghe(듣다), khám phá(찾아내다) 등의 동사와 함께 사용할 수 있다.

2) 동사 + được

được은 대부분의 동사와 결합하여 동사의 행위로 '얻은/얻어낸' 결과를 표현한다.

tìm(찾다)	Tôi tìm sách về Hồ Xuân Hương mãi mà không **tìm được**. 나는 호 쑤언 흐엉에 관한 책을 찾았으나 찾아 내지 못했다.
biết(알다)	Không ai **biết được** cô ấy đang nghĩ gì. 아무도 그녀가 무슨 생각을 하는지 알아낼 수 없었다.
nhận(알아보다, 받다)	Tôi **nhận được** thư của mẹ. 나는 엄마의 편지를 받았다.

3) 동사 + thấy

동사의 행위로 '인식' 또는 '인지'한 결과를 표현한다.

đọc(읽다)	Tôi **đọc thấy** tin này trên báo. 나는 신문 기사를 읽었다.
tìm(찾다)	Bố tôi đã **tìm thấy** chìa khóa ô tô. 내 아버지는 자동차 열쇠를 찾아냈다.
nghe(듣다)	Tôi **nghe thấy** ai đó đang hát. 나는 누군가가 노래하는 것을 들었다.
nhận(알아보다, 받다)	Ai cũng **nhận thấy** bạn ấy đang xấu hổ. 모두가 그 친구가 당황하는 것을 알아보았다.
nhìn(보다)	Trời tối quá nên không **nhìn thấy** gì. 날씨가 너무 어두워서 아무것도 안 보인다.

| 번역 |

• 음절어인 베트남어의 특성에 따라 한국어로 표기할 때 띄어쓰기를 하고, 필요한 경우 괄호 안에 원어를 표기하였다.

• 베트남어 고유명사(인명, 지명 등)는 원음에 가깝게 표기하였으나 우리에게 친숙한 일부 지명이나 인명은 관례에 따랐다.

Bài 1

하노이에서의 첫날

유나: 여보세요. 히엔이지? 나 유나야. 방금 호텔에 도착해서 체크인했어.

히엔: 드디어 네가 하노이에 왔구나! 아침 먹었어?

유나: 응. 날씨가 조금 추워서 호텔 근처 골목 안에 있는 식당에서 짜오 쓰언(cháo sườn)을 먹었어.

히엔: 요즘 하노이 날씨는 약간 추운 게 맞아. 네가 따뜻한 음식 먹길 잘한 거야.

유나: 짜오 쓰언은 한국의 죽과는 다르더라. 죽이 가루처럼 부드러웠어. 옆에 앉은 아저씨가 입맛에 따라 주옥(ruốc) 조금과 후추를 넣으라고 얘기해 줬거든. 아저씨 조언 덕분에 죽이 더 맛있었어.

히엔: 정확해. 그렇다면 너는 거의 하노이 본토 사람이 다 된 거야.

유나: 그런데 이따 우리 몇 시에 만날까?

히엔: 오후 5시에 수업이 끝나거든. 우리 5시 30분에 만나는 거 어때?

유나: 응, 괜찮아. 그럼 나 점심에 뭐 먹지? 무슨 음식이 맛있는지 모르겠어.

히엔: 지난번에 보 비 뗏(bò bít tết) 먹어 보고 싶다고 했지? 하이 바 쯩 35에 있는 식당이 아주 유명해. 거기 가서 먹어 봐.

유나: 응, 그래. 거기 가서 점심 먹고 호텔로 돌아와서 쉬면서 널 기다려야겠네.

히엔: 그럼 저녁에 내가 널 분 더우 맘 똠(bún đậu mắm tôm) 먹는 데 데리고 갈게. 너 맘 똠 먹을 수 있어?

유나: 나는 새로운 것을 시도하는 걸 매우 좋아하잖아. 그런데 분 더우 맘 똠이 정확히 무슨 음식인데?

히엔: 분 더우 맘 똠은 면을 소스에 찍어 먹는 음식인데, 면, 노릇하게 튀긴 두부, 텃 저 루옥(thịt giò luộc)*, 짜 꼼(chả cốm), 낑 저이(kinh giới)**로 구성되어 있어. 면은 특제 소스인 맘 똠과 함께 먹어. 맘 똠은 깔라만시, 고추, 설탕을 섞어서 만들어. 이 소스는 무척 맛있지만 향이 고약해서 먹기 힘들기도 해.

유나: 좋아, 듣고 보니 맛있겠다. 그럼 우리 그걸로 결정하자!

히엔: 수업 시간이 됐네. 교실에 들어가 봐야겠어. 그럼 오후 5시 30분에 호텔에서 만나자.

유나: 좋아.

*삶은 돼지 족발과 유사한 음식, **깻잎 종류

보 비 뗏

보 비 뗏이라는 이름은 프랑스어 '비프텍'에서 파생된 것으로, 소고기를 얇고 납작하게 썰어 양념을 하여 구운 요리다. 이 요리는 프랑스 식민지 시기에 베트남에 유입되었다.

베트남의 비프스테이크와 서양의 비프스테이크는 약간 차이가 있는데 달걀 프라이, 바게트, 빠떼는 베트남 비프스테이크에서만 볼 수 있는 요리의 '변형'이다. 요리를 장식하는 방식도 다르다. 베트남에서는 스테이크를 뜨거운 팬에 내어놓지만 서양에서는 스테이크를 접시에 제공한다. 서양에서 비프스테이크는 매우 정교하고 섬세하게 장식하는 요리이며 보편적으로 레스토랑에서 판매되지만, 베트남 비프스테이크는 간단하게 장식하는 요리로 주로 서민 식당, 심지어 길거리 식당에서도 판매된다.

베트남에서 서민적인 비프스테이크의 익숙한 모습은 소 모양의 무쇠 팬에 놓인 지글지글 소리가 나는 뜨거운 소고기 조각이다. 무쇠 팬은 소고기와 재료를 오랫동안 뜨겁게 유지시켜 준다. 소고기에는 달콤한 후추 소스가 뿌려져 있으며 요리사의 스타일에 따라 달걀 프라이, 감자튀김, 파, 얇게 썬 양파, 오이 또는 토마토가 함께 제공된다. 일부 레스토랑에서는 손님이 빠 떼, 소시지, 미트볼 같은 토핑을 추가할 수도 있다. 이 요리는 주로 바삭한 바게트, 간장, 칠리 소스를 곁들여서 먹는다. 이는 매우 차별화된 독자적인 특징이다.

베트남 비프스테이크는 베트남 요리의 소박하고 대중적인 특성을 가지고 있으며 여러 사회 계층의 입맛을 만족시킨다. 게다가 꽤 저렴해서 사람들이 가격 걱정 없이 즐길 수 있다.

Bài 2

하노이에서의 생활

드디어 내가 하노이에 온 지 2주가 되었다. 히엔 덕분에 나는 백과대학교(과학기술대학교) 근처의 따꾸왕 브우(Tạ Quang Bửu)에서 꽤 만족스러운 하숙집을 찾을 수 있었다. 나는 아직 베트남 현지 발음에 익숙하지 않기 때문에 공부하기가 어려웠다. 하지만 다행히 매일 집에서 가까운 통일공원에서 운동하고 산책하면서 휴식을 취할 수 있어서 좋다.

오늘은 토요일인데 히엔이 스트레스를 풀기 위해 맛있는 걸 먹으러 가자고 나를 초대했다. 우리는 오전 8시에 호안 끼엠 호수에 가서 하노이의 매우 유명한 바잉 꾸온(bánh cuốn) 가게인 바 하잉 식당(quán Bà Hanh)에서 뜨거운 바잉 꾸온과 두유를 먹었다. 바잉 꾸온은 쌀가루 지단을 쪄서 만든 대중적인 요리다. 반죽 안에는 고기, 목이버섯 또는 달걀 같은 다양한 종류의 소가 들어 있다. 바하잉 식당에서는 주로 튀긴 마늘, 그린파파야, 절인 당근과 파파야 샐러드, 느억 맘(nước mắm)을 곁들여 먹는다. 겨울 아침에 뜨끈하고 담백한 바잉 꾸온을 새콤한 샐러드, 달콤한 느억 맘과 함께 먹으면 든든하면서도 맛있다. 우리는 따뜻한 두유 두 컵도 주문했다. 한국의 두유와 비교하면 베트남 두유는 콩 본연의 냄새가 더 난다. 아침을 먹고 나서 우리는 구시가지를 한 바퀴 걸었다.

장(Giảng) 카페를 우연히 본 나는 바로 에그커피(cà phê trứng)가 생각났고 이 음료를 마시기 위해 가게로 들어갔다. 장 카페는 1946년에 최초로 에그커피를 개발한 곳이다. 에그커피는 카푸치노와 비슷하지만 옛날에는 신선한 우유가 부족했기 때문에 우유 대신 달걀노른자를 넣었다. 에그커피는 주로 따뜻할 때 마시며, 고소한 단맛이 나지만 느끼하지 않다. 잠시 담소를 나누며 커피를 마신 후 우리는 재미있는 책이 있는지 찾아보러 딩레(Đinh Lễ)에 있는 책 거리에 갔다. 히엔은 응우옌 녓 아잉(Nguyễn Nhật Ánh)의 『저에게 어린 시절로 가는 표를 하나 주세요』라는 책 한 권을 사서 나에게 선물했다. 낮 12시에 히엔은 미엔 응안(miến ngan)을 먹자면서 나를 똔 텃 티엡(Tôn Thất Thiệp) 거리에 있는 '올드 하노이'라는 식당에 데려갔다. 음식이 매우 맛있고 독특했다. 나는 즐거운 토요일 아침을 보냈고, 맛있는 요리를 먹으며 즐겁게 담소를 나누었다. 히엔은 저녁에 약속이 있어서 먼저 돌아갔다. 그리고 나는 집에 돌아와서 블로그에 글을 쓰고 히엔이 선물한 책을 읽는 시간을 가졌다. 그나저나 갑자기 한국의 매운 라면이 매우 당긴다! 오늘 저녁은 김치와 함께 먹을 한국 라면을 끓여야겠다.

미엔 응안

미엔 응안은 대중적이고 사계절 내내 하노이에서 인기 있는 음식이다. 이 음식은 간단하고 가벼우며 국물이 감칠맛 있고 시원해서 많은 사람의 사랑을 받는다. 재료는 복잡하지 않고 면 조금과 얇게 저미거나 먹기 좋게 자른 응안 고기 몇 조각, 신선한 죽순을 볶은 것이나 말린 죽순을 조금 넣고 파를 올린 뒤 육수를 붓는다.

듣기에는 무척 간단해 보이지만 한 그릇의 맛있는 미엔 응안을 얻기 위해서는 다음과 같은 많은 요소에 주의해야만 한다. 응안은 당도와 향을 유지하기 위해 적당히 삶아 익히고, 육수는 반드시 맑고 깨끗하고 고기의 냄새가 없어야 하며, 국수 한 그릇은 죽순의 향과 향채의 향이 조화를 이뤄야 맛있어진다.

미엔 응안을 만드는 재료는 응안, 당면, 신선한 죽순, 실파, 느억 맘, 간장, 양념, 마늘, 고추로 꽤 간단하다. 우선 맛있는 응안 고기를 선택해야 한다. 응안 혹은 빗 씨엠(vịt xiêm)이라고 부르는 것은 북부에서 보편적으로 고기를 얻는 가금류이고, 응안 고기는 오리고기보다 단맛이 더 나고 향이 더 좋다.

응안 고기는 깨끗하게 손질한 후 적당히 삶아 익히고 나서 건져 식혀야 한다. 가슴살은 얇은 조각으로 자르고, 몸통살은 조각으로 자르고, 다리·목·날개·머리 부분은 보통 육수를 내기 위해 냄비에 넣는다. 국수 그릇에 올려진 신선하고 노랗고 야들야들한 응안 고기 조각들은 사람들의 눈길을 끌고 식욕을 돋게 한다. 육수는 비린내 없이 맑고, 응안의 자연적이고 깊은 단맛이 있어야 한다. 면은 부드럽게 삶아져야 하지만 너무 무르거나 딱딱하지 않아야 한다. 이 외에도 면은 먹는 사람의 기호와 입맛에 따라 분으로 대신할 수 있다. 응안 소스는 마늘·고추를 넣은 간장 또는 새콤달콤한 마늘·고추 느억 맘일 수 있다.

하노이 사람은 보통 미엔 응안을 뜨거운 국물로 몸을 든든하게 하기 위해 추운 날에 먹는다. 그러나 응안 고기와 면은 몸을 시원하게 하는 효능이 있기 때문에 여름에 이 음식을 즐겨 먹는다. 하노이의 미엔 응안 식당 중에서 먹으러 갈 만한 곳은 하노이 바 딩(Ba Đình)군 끄어 박(Cửa Bắc, 북문) 72에 위치한 '하잉-응안 제(Hạnh-Ngan dé)'라는 식당이다.

Bài 3

하노이 음식 요리해 보기

선생님: 안녕하세요! 모두들 만나서 반가워요. 저는 오늘 요리 수업에서 여러분과 함께하며 안내할 강사입니다.

유나: 안녕하세요. 저는 유나입니다. 저는 한국에서 왔고 하노이에 온 지 한 달쯤 된 교환학생이에요. 저는 여기에 오기 전에 한국에서 1년 정도 베트남어를 공부했어요.

선생님: 베트남어를 아주 잘해서 나무랄 데가 없네요. 그럼 이제 오늘 만들어 볼 요리에 대해 함께 이야기해 봐요. 그것은 퍼 싸오(phở xào)예요. 이 요리를 먹어 본 적이 있나요?

유나: 네, 저는 많은 베트남 음식을 먹어 봤어요. 오늘 아침에는 아침 식사로 빠 떼 샌드위치를 먹었어요.

선생님: 오, 그래요? 빠 떼는 돼지 간으로 만들어지는데, 많은 외국인들이 동물 내장을 듣기만 해도 두려워하고 먹을 엄두를 내지 못한다고 하더라고요.

유나: 한국에도 돼지 간으로 만든 요리가 있어서 저는 먹을 수 있어요. 비록 조금 다르지만 저는 빠 떼의 맛이 맛있고 독특하다고 느꼈어요.

선생님: 맞아요, 음식을 통해서는 한 나라의 문화도 알 수 있어요. 빠 떼는 프랑스에서 기원한 음식이지만 프랑스 식민 시대부터 베트남 스타일로 변형된 요리예요. 재료는 돼지 간으로 바뀌었고 만드는 법은 원조 빠 떼보다 더 간소해졌어요.

유나: 그렇군요.

선생님: 오늘 여러분이 배울 요리는 퍼 싸오입니다. 여러분 생각에 이것은 어떤 요리일 것 같나요?

유나: '퍼'라는 단어가 있기 때문에 이것이 아마 국물 있는 퍼 요리라고 생각했는데, 맞나요?

선생님: 부분적으로는 맞아요. 퍼 싸오가 '퍼'라고 불리는 이유는 일반 퍼 요리처럼 퍼면을 사용하기 때문인데 요리법은 달라요. 요리 재료로는 생면, 소고기, 야채, 양파, 마늘과 양념이 있어요. 어떻게 만드는지 보여 줄게요.

유나: 네.

선생님: 우선 갓(cải ngọt)을 씻고 살짝 데치세요. 고기는 먹기에 알맞은 양념으로 재어 놓고 면에 간장을 약간 넣고 면에 양념이 충분히 배도록 잘 섞으세요. 그런 다음 양파와 마늘을 볶고, 면은 먼저 볶아서 따로 두세요. 그다음에 갓, 양파, 소고기를 넣어 볶고 양념을 가미한 후 (볶아 둔) 면에 넣어서 살짝 볶으세요. 끝났네요. 자, (그럼) 우리 연습해 봅시다!

(요리 완성 후)

유나: 요리를 해 보니 퍼 싸오도 그리 어렵지 않네요. 저는 퍼와 분짜만 먹어 봤는데요. 오늘 퍼 싸오 요리를 해 보니 베트남에는 많은 분과 퍼 요리가 있다는 걸 알게 되었어요.

선생님: 베트남에는 분(bún), 미(mì), 후 띠에우(hủ tiếu), 미엔(miến), 바잉 까잉(bánh canh) 같은 유사한 요리가 많아요. 셀 수 없지요. 다음에 시간이 있다면 이 요리들을 배우러 오세요!

유나: 네. 오늘 수업이 무척 즐거웠고 음식도 맛있었어요. 감사합니다. 다음에 또 뵙겠습니다.

짜 까 라 봉 즐기기

짜 까 라 봉은 수백 년 동안 하노이의 가장 유명한 특산 요리 중 하나로 프랑스 항전 시기에 도안(Đoàn) 씨 가족에 의해 만들어진 요리다. 당시에 도안 집안의 짜 까(chả cá) 가게는 라 봉(Lã Vọng, 강태공) 형상으로 장식되어 있었고, 따라서 이 음식은 점차 짜 까 라 봉이라 불리게 되었다.

옛날 사람들은 고급 생선인 잉엇과 생선을 사용하여 짜 까를 만들었으나 요즘은 메깃과 생선을 주로 사용한다. 메깃과 생선을 사용하는 것은 이 생선의 뼈가 적고 구운 후에 생선 살이 바삭하고 쫄깃하며 다른 생선보다 더 향이 있기 때문이다. 생선 등(뱃)살이 주요 재료이고 얇게 썰어서 지엥(riềng), 강황, 매(mẻ, 발효 쌀밥), 후추, 맘 똠(mắm tôm)과 함께 2시간 동안 절인다. 그다음에 생선을 살짝 구워 익힌다. 짜 까 라 봉은 뜨겁게 먹고, 분, 향채, 실파, 티 라(thì là, 딜), 땅콩, 맘 똠과 함께 먹는다.

짜 까 라 봉을 먹는 방법은 상당히 까다로운데 '건식'으로 먹는 방법 외에 '습식'으로 먹거나 '뜨겁게' 먹는 방법이 있다. 그중에 기름을 두른 프라이팬에서 뜨겁게 즐기는 방법이 많은 사람에게 인기가 있다.

1. 기름 두른 팬에 생선을 넣고 생선이 충분히 익을 때까지 기다려야 한다.
2. 티 라, 실파, 파 기름, 향채를 넣고 볶아서 맛을 낸다.
3. 30초 정도 기다렸다가 분 그릇에 생선과 야채를 넣고 맘 똠 소스를 뿌린 후 땅콩과 함께 먹는다. 맘 똠을 먹을 수 없다면 느억 맘으로 대신해도 된다.
4. 또는 맘 똠 소스에 티 라와 생선을 함께 찍어 먹을 수 있다.

현재 하노이의 식당에서 짜 까 라 봉 가격은 보통 1인분에 15만 동에서 20만 동 이상이다.

간식

하노이의 유명한 간식으로는 찰흑미요거트와 호아 꾸아 쩜(hoa quả dầm)이라는 두 가지 음식을 빼놓을 수 없다. 많은 새로운 간식들이 등장하거나 해외에서 유입되고 있지만 합리적인 가격의 이 두 가지 간식은 과거부터 현재까지 많은 세대를 거쳐 견고한 자리를 유지해 왔다.

찰흑미요거트는 더운 여름날 인기 있는 간식이다. 요거트와 찰흑미 두 가지 건강한 재료로 만든 이 음식은 디저트일 뿐만 아니라 영양가 있는 음식이다. 요거트는 몸에 좋고 소화 기관이 제대로 기능하도록 돕는다. 찰흑미는 영양가와 식이 섬유가 풍부하여 심장, 소화기 계통, 혈압 질환 예방에 좋다. 또한 이 음식은 많은 여성들에게 효과적인 다이어트 보조 식품이기도 하다. 요거트의 시원하고 새콤달콤한 맛과 찰흑미 특유의 향이 어우러져 남녀노소 모두가 만족하는 간식이다.

호아 꾸아 쩜 또한 여름에 열을 식히는 간식이다. 이 음식도 집에서 쉽게 만들 수 있고 건강에 매우 좋다. 그저 그릇이나 적당한 (크기의) 컵에 잘게 썬 몇 가지 과일을 담고 연유나 요거트, 으깬 얼음을 조금 넣고 잘 섞으면 된다. 이렇게 하면 시원하고 비타민이 많은 호아 꾸아 쩜이 완성된다. 이 음식에 사용되는 과일은 만드는 사람의 취향에 따라 꽤 다양하지만 일반적으로는 수박, 용과, 잭프루트, 망고, 용안, 파파야 등을 쓴다. 이 음식은 다양하고 아름다운 색상을 갖고 있고, 비타민과 섬유질이 풍부하며, 신선하고 시원하기 때문에 몸의 열을 식힐 수 있다.

오랜 세월 동안 찰흑미요거트와 호아 꾸아 쩜은 북부 지역뿐만 아니라 베트남 전역에서 많은 젊은이들에게 사랑받아 널리 판매되고 있다.

후에(Huế)에서의 첫날

나는 오랜만에 블로그에 글을 쓴다. 그동안 나는 베트남어를 매우 열심히 공부했고, 시간이 날 때마다 집에서 가까운 통일공원에서 운동도 했다. 그 덕분에 나 역시 베트남에서의 생활에 충분히 적응했다. 히엔 덕분에 나는 하노이에서 여러 가지를 경험했다. 수상 인형극을 보러 가고, 유명한 관광지(역사박물관, 호 떠이의 쩐 꾸옥 사원, 롱 비엔 대교, 탕 롱 왕궁 유적지)를 구경했다.

첫 번째 베트남어 과정이 끝나고, 2주 정도 휴식 시간이 생겨서 나는 썬(Sơn)이 살고 있는 중부 지역의 도시, 후에에 가기로 결정했다.

후에에 대한 나의 첫인상은 정말 평화롭고 한적한 고대 도시였다. 후에의 중심에 도착해서 흐엉(Hương)강 물결이 천천히 흐르는 것을 바라보며 나는 설명하기 어려운 평온하고 가벼운 마음을 느꼈다.

호텔에 체크인하고 오후 1시에 썬을 만났는데, 우리는 오랜만에 만나서 매우 들떴다. 썬은 내가 후에의 모든 음식을 먹도록 데려가 주겠다고 말했는데, 매우 행복했다! 첫 번째 요리는 당연히 분 보 후에(bún bò Huế)였다. 그런데 이상하게 여기에서는 누구도 이 음식에 '후에'라는 단어를 붙이지 않고 단지 '분 보(bún bò)'라고만 부른다. 아하! 지금 내가 후에에 있잖아. 분 보 요리는 한국의 감자탕처럼 맛이 진하고 매콤하지만 돼지 선지가 더 들어 있다는 점에서 독특했다. 돼지 선지를 면과 함께 먹는다고? 조금 이상하게 들렸지만 먹어 보니 매우 맛있었고 내 입맛에 딱 맞았다!

소고기쌀국수 한 그릇일 뿐이었지만, 엄청나게 배가 불렀다. 그래서 나와 썬은 먹는 걸 잠시 쉬고 먼저 후에를 한 바퀴 관광하며 산책한 후 커피를 마시러 가기로 결정했다. 날씨가 쾌청해서 우리 둘은 씨클로를 대여해서 후에성을 한 바퀴 둘러보기로 결정했다. 약 두 시간 정도 씨클로에 느긋하게 앉아 있다 걷기도 하고, 관광도 하면서 후에

성 곳곳의 사진을 찍으며 보냈더니, 썬과 나는 모두 배고픔과 갈증을 느꼈다.

그때 나는 모든 종류의 바잉 봇 록(bánh bột lọc), 바잉 배오(bánh bèo), 그리고 바잉 넘(bánh nậm)을 먹기 위해 즉시 동 바 시장으로 달려갈 생각뿐이었다. 후에의 바잉 봇 록은 두 종류가 있는데, 바잉 봇 록 쩐(bánh bột lọc trần)과 바잉 봇 록 고이(bánh bột lọc gói)이다. 바잉 봇 록 고이는 바나나 잎으로 싸서 찐 것이고, 바잉 봇 록 쩐은 한국의 만두처럼 빚은 것이다. 바잉 봇 록은 후에에서 봇 록이라고 불리는 녹말가루로 만들어졌기 때문에 쫄깃쫄깃하고, 매콤한 느억 맘에 찍어 먹는 것이 잘 어울린다. 후에의 바잉 배오는 쌀가루로 만들어서 각각의 작은 접시에 담은 뒤 말린 새우와 머 하잉(mỡ hành)*을 위에 뿌리는데, 고소하고도 기름진 맛이 난다. 이 두 음식은 모두 내가 매우 좋아하는 간식이다. 베트남 간식이 다양해서 나는 다시 한번 놀랐고 매우 즐거웠다. 계속 먹어도 새로운 간식들이 아직 남아 있었다.

후에에서의 첫날은 즐겁게 마무리되었다. 호텔에 돌아와서 마스크팩을 하고 블로그에 글 쓰는 것을 끝냈다. 아침에 또 놀러 가려면 그만 자야겠다!

*파 기름 혹은 파 양념

* 후에는 어떤 도시인가?

후에는 베트남 중부 다낭 위에 위치한 트어 티엔 후에(Thừa Thiên Huế)성의 도시다. 이곳은 19세기 베트남의 마지막 봉건 왕조인 응우옌(Nguyễn) 왕조의 수도였다. 이 지역은 투언 호아(Thuận Hoá)로 불리는 이름과 함께 쩐(Trần) 왕조 아래 14세기에 건설되었다. 응우옌 영주, 떠이 썬(Tây Sơn) 시기와 후에 응우옌 왕조 시기에 이곳은 푸 쑤언(Phú Xuân)이라는 이름과 함께 수도로 선택되었다. 후에라는 이름은 투언 호아 '낑 타잉'을 부르는 평민어에서 기원했다. 프랑스 식민 시기였던 1899년부터 정식으로 후에라는 이름이 행정 명칭으로 사용되었다. 후에에는 산과 강이 있고, 바다는 없지만 도시에서 벗어나면 아름다운 해변이 많다. 특히 후에에서 70km 떨어진 곳에는 세계에서 가장 아름다운 만 중 하나로 여겨지는 랑 꼬만(vịnh Lăng Cô)이 있다.

응우옌 왕조 목판
베트남의 첫 세계 기록 유산

응우옌 왕조의 목판은 여러 권의 역사책과 문학 작품을 포함하고 있으며, 응우옌 왕조가 사회의 규범, 행정 법규, 명예로운 공적 등을 후세에 전달하기 위해 만든 특별한 형태의 자료다. 응우옌 왕조의 목판 문서는 주로 후에에 있는 응우옌 왕조의 국립 역사관(1820년에 밍 망(Minh Mạng) 황제 치하에 창건)이 운영되는 동안 만들어졌다. 1960년부터 응우옌 왕조의 목판은 달랏(Đà Lạt)으로 옮겨졌다.

세계 기록 유산 등재 서류에 따르면, 응우옌 왕조 목판은 다음과 같은 엄청난 가치를 갖고 있다.

첫째, 응우옌 왕조(1802-1945) 목판은 34,555개의 목판으로 되어 있고 응우옌 왕조가 편찬한 정문, 정사, 고전, 역사책 등이 수록되어 있다. 이 문서는 역사적 가치뿐만 아니라 예술적 가치도 가지고 있으며 동시에 베트남의 제작 기술 발전을 보여 주는 것이기도 하다.

둘째, 목판은 한 놈(Hán Nôm) 문자가 거꾸로 새겨진 나무 블록으로, 응우옌 왕조 시대에 인기 있는 책을 인쇄하기 위한 본으로 사용되었다. 이 문서에는 약 1,935권의 책이 포함되어 있으며 역사, 지리, 군사, 법률, 시문, 종교·사상·철학, 언어·문학, 정치·사회, 문화·교육의 9개 주제로 나뉜다.

셋째, 내용적 가치와 제작 방식의 특징뿐만 아니라 인쇄 및 조각 작업과 관련한 봉건 왕조의 엄격한 규정 때문에 해당 목판은 매우 특별하고 희귀한 기록으로 평가된다. 목판을 제작하려면 왕의 승인을 받아야 하고, 상소 – 편집 – 내용 검열 – 승인 – 제작의 과정을 거쳐야 한다. 해당 과정은 꽤 투명하고 철저하며 체계적이다.

넷째, 목판 기록을 만드는 목공가는 전국적으로 유명한 조각가들이다. 목판에 새겨진 글에는 각 작업자의 혼이 모두 담겨 있다. 그러므로 각각의 목판은 귀중한 문서일 뿐만 아니라 독특한 예술품이다.

다섯째, 목판은 『대남식록』(Đại Nam thực lục, 大南寔錄), 『대남일통지』(Đại Nam nhất thống chí, 大南一統志), 『흠정월사통감강목』(Khâm định Việt sử thông giám cương mục, 欽定越史通鑑綱目), 『흠정대남회전사례』(Khâm định Đại Nam hội điển sự lệ, 欽定大南會典事例) 같은 진귀한 작품들을 모아 놓은 것이다. 그 외에 밍 망, 티에우 찌(Thiệu Trị), 뜨 득(Tự Đức) 같은 응우옌 왕조의 유명한 황제들이 쓴 문학 작품도 있다.

위와 같은 독특한 여러 요소 때문에, 역사적으로 대표적인 인물들뿐만 아니라 전체 왕조의 공식 문서 기록과 활동 기록을 수록한 목판은 베트남 민족의 자랑스러운 사업 중 하나로 여겨진다. 동시에 그것은 베트남의 현대사와 문화를 연구하는 데 귀중한 문서다.

Bài 5

뜻밖의 호이안 여행

깊은 단잠을 자고 난 후에 오늘 나는 매우 이른 시간인 아침 5시에 눈을 떴다. 그래서 나는 짱 띠엔(Tràng Tiền) 다리를 산책하고 새벽 미명의 흐엉강을 구경하러 가기로 했다. 후에시는 모든 곳이 평온하지만 이른 아침에는 낯설 정도로 고요하다. 썬과 함께 카이 딩(Khải Định) 황릉을 관광하기로 약속했던 터라 나는 준비를 하기 위해 호텔로 돌아왔다. 아침 8시에 우리는 오토바이를 타고 출발했다. 카이 딩 황릉이 여행객을 유치할 수 있는 것은 베트남과 서양의 재료가 결합한 건축 양식뿐만 아니라 후에 중심으로부터 이동하기 편리한 위치 때문이다.

나는 바깥쪽의 이끼가 낀 회색 벽들과 능 안쪽 실내의 웅장함이 서로 대비되는 것이 무척 인상적이었다. 두 시간에 걸친 관광을 마치고 썬과 나는 점심을 먹고 시원한 째(chè) 후에를 맛보기 위해 동 바 시장에 갔다. 나는 희한한 장식이 있는 그릇을 보고는 미 꾸앙(mì Quảng)을 파는 가게에 들어가기로 결정했다. 썬은 미 꾸앙은 꾸앙 남(Quảng Nam)에서 유래한 음식이지만 베트남 전역에서 찾아볼 수 있을 정도로 유명하고 사랑받는다고 말했다.

한국의 국수와 달리 미 꾸앙은 쌀가루로 만든 납작한 국수로, 강황의 노란색을 띠고 있다. 이 음식은 또한 마른 비빔국수는 아니지만 국물이 있는 국수도 아닌 음식으로서 국물이 있는 다른 국수보다 육수가 적기 때문에 꽤 특별하다. 미 꾸앙은 향채류, 양배추, 그린페퍼, 새우, 돼지고기 혹은 닭고기, 계란 등과 곁들여 먹는다. 이 국수의 분명한 차별점은 고소하고 풍미 있는 구운 바잉 다(bánh đá)와 함께 버무린다는 것이다.

나의 마음을 이해한 듯 썬이 미 꾸앙을 포함한 많은 이색 요리의 천국인 호이안 즉흥 여행을 제안했다. 그래서 나는 일정을 변경하기로 결정하고 오후 3시 티켓을 예약했다. 썬은 일이 바빠서 다음 날 아침에 출발하기로 했다.

약 세 시간의 이동 끝에 해가 질 무렵 호이안 구시가지에 도착했다. 내 숙소는 투 본(Thu Bồn) 강 옆에 위치해 있었고, 밤에 구시가지를 바라보는 것이 매우 낭만적이었다. 7시에는 구시가지에서 가장 번화한 야시장인 응우옌 호앙(Nguyễn Hoàng) 야시장으로 가서 이곳의 요리를 먹어 보기로 했다. 내가 선택한 첫 번째 요리는 물론 호이안의 특산품인 바잉 바오 바잉 박(bánh bao bánh vạc)이었다. 130년 전 어느 화교 가족에 의해 개발된 이 요리는 아름다운 이름인 '흰 장미(white rose) 만두'로 부르기도 한다.

딤섬이나 만두와 비슷하게 새우와 고기로 속을 채우고 묽은 액젓을 곁들인다. 요리를 만드는 방법은 매우 섬세하여 빵 껍질(만두피)이 매우 얇아야 되고 바잉 바오는 장미 꽃잎 모양, 바잉 박은 가마솥 손잡이 모양으로 만들어야 한다. 호이안에 일찍 오기로 한 결정은 기대 이상이었다. 이곳의 첫 번째 요리는 시각과 미각을 모두 만족시켰다. 또한 북적이는 분위기와 따스한 등불이 호이안의 밤을 더 기억에 남게 했다. 그래서 다음번에 가족이나 친구와 함께 다시 올 수 있도록 이 일을 반드시 기록해야 했다.

작은 골목에 앉아 째 후에를 즐기면서 몽환적인 후에를 감상하지 않았다면 당신의 여행은 완벽하다고 볼 수 없다!

째 후에(Chè Huế)

베트남에서, 사람들은 보통 '하노이에 36거리가 있다면 후에에는 36가지의 째 음식이 있다'고 비교한다. 이처럼 째 후에는 특별한 요리이며 옛 수도인 푸 쑤언 땅을 방문할 때 놓쳐서는 안 되는 것이기도 하다. 후에의 째는 옛날 후에 궁정에서 유래되었고, 왕족이 먼저 째를 먹기 시작하고 평민 계층 또한 뒤따르기 시작했다. 후에의 각종 째는 민간과 궁중의 두 가지 방식으로 독특하고 다양한 종류가 있는데, 요리하는 방식이 극히 섬세하다는 공통점이 있다. 궁중의 째는 조리법부터 음미하는 방식까지 세밀하다. 반면 민간 스타일을 따르는 째는 째 햄(chè hẻm)이라 불리는데, 더 간소하고 소박하다. 궁중 째는 연꽃 째, 구운 돼지고기 째, 용안 째 등으로 구성된다.

그중 째 봇 록 해오 꾸아이(chè bột lọc heo quay)는 독특한 디저트다. 왜냐하면 재료로 약간 짭짤한 구운 돼지고기를 쓰면서 설탕의 단맛과 생강의 매콤한 맛이 함께 나고, 뜨겁게 먹을 수도 있고 차게 먹을 수도 있기 때문이다. 이 독특한 풍미의 결합은 호불호가 갈릴 수 있다. 그러나 입맛에 맞는 사람들은 정말로 먹어 볼 만한 가치가 있다고 느낄 것이다. 반면 서민의 째 햄은 옥수수 째, 타로 째, 땅콩가루를 뿌린 째 등이 있는데, 그것은 벼 심은 논이나 옥수수밭 같은 검소한 느낌을 준다.

째 하노이가 소박하고 향이 진하게 감돌고 째 사이공이 진하게 달고 기름지며 종류가 다양하다면, 째 후에의 향과 맛은 풍부하며 고귀하다. 이 특징은 이 지역의 매력과 유사한데 남과 북이 교차하는 곳이고, 조금은 조용하면서도 강렬한 생명력을 갖고 있으며, 평민적이면서 고귀한 분위기를 풍기기 때문에 여행객이 한번 와 보면 잊기 어렵다.

Bài 6

호이안 먹방

유나: 썬아, 너 몇 시에 호이안에 도착했어?

썬: 9시에 도착했어. 오늘 날씨가 너무 좋아서 풍경을 감상하고 관광하기에 정말 좋다.

유나: 그럼 오늘은 나를 어디로 데려갈 거야?

썬: 우리 자전거를 빌려서 호이안의 명소들을 관광하자. '안 썹(ăn sập)' 호이안 해야지!

유나: '안 썹'이 무슨 의미야?

썬: 호이안의 맛있는 음식을 전부 먹는다는 의미야. 나중에 네가 다시 올 기회가 없더라도 후회하지 않게 말이야.

유나: 응, 그럼 지금 먼저 음료를 테이크아웃하게 저기 좀 들르자. 나는 짜 못 호이안(trà Mót Hội An)을 맛보고 싶어.

썬: 어, 너 어떻게 그 카페를 알아? 요즘 그곳의 허브티가 정말 유행이야.

유나: 어제 블로그에서 봤어. 카페가 꺼우(Cầu) 사원 근처에 있어서 관광하기에도 편리해.

썬: 좋아! 나도 따오 퍼(tào phớ) 하나 사야겠다.

(구시가지를 자전거로 둘러보고, 푹 끼엔(Phúc Kiến) 회관과 호이안 시장 관광 후 타잉(Thanh) 까오 러우(cao lầu) 식당에 들름)

유나: 썬아, 까오 러우는 미 꾸앙과 비슷해 보이는데? 중국 음식에서 유래한 게 맞지?

썬: 까오 러우는 일본의 우동과 중국의 면 요리가 결합된 요리지만 면은 쌀가루로 만들어졌어. 미 꾸앙과 달리 까오 러우 면발은 유백색의 둥근 면에 우동 면과 같은 두께인데, 구운 고기와 같이 먹으며 요리법은 더 복잡

해. 이 음식은 17세기부터 호이안에 많은 외국 상인들이 무역하러 왔을 때 출현했어.

유나: 그럼 '까오 러우'는 무슨 의미야?

썬: 까오(cao)는 한자어로 고량진미(膏粱珍味), 러우(lầu)는 높은 층이라는 의미야. 과거에는 부자여야 비로소 높은 층에 앉아 이 음식을 즐길 수 있었기 때문에 붙여진 이름이야.

유나: 이 식당의 까오 러우 진짜 맛있다! 그런데 난 아직 배가 안 불러, 우리 껌 가 더 먹으러 갈래?

썬: 이 음식 먹고 다른 음식까지 먹어도 괜찮아? 그럼 판 쭈 찡(Phan Chu Trinh) 껌 가 거리에 가서 네가 좋을 대로 선택해.

유나: 당연히 괜찮지! 그 후에 파이포(Faifo) 카페에 가서 경치를 감상하며 휴식을 취한 후 자전거 타러 가면 딱이야.

썬: 응, 오후에 강둑을 따라 자전거를 타고 일몰을 감상한 다음에 기가 막히게 맛있는 냄 루이(nem lụi)를 먹으러 가자!

유나: 좋아!

냄 루이

베트남 중부 어디를 가든지 이 지역의 소박한 요리인 냄 루이를 찾을 수 있다. 그중 후에의 냄 루이가 가장 유명하다. 주요 재료로는 다진 돼지고기, 돼지껍질, 돼지고기 페이스트, 기본적인 양념들 외에 냄 루이의 특별한 재료인 잇꽃씨 기름(dầu điều)이 있다. 잇꽃씨 기름은 냄 루이 요리가 특별한 색깔과 매력적인 향을 갖도록 돕는다. (이 요리에서) 냄은 대나무로 된 꼬치에 꿰어지는데, 이 과정은 '루이'라고 불린다. 그러므로 사람들은 이 음식을 '냄 루이'라고 부른다. 다진 돼지고기를 양념에 재어 놓은 다음 대나무 꼬치 혹은 레몬그라스 줄기로 감싸는데, 그와 같은 각각의 막대를 루이 하나라고 부른다. 이 외에 '루이'라는 단어를 이해하는 또 다른 방법은 '냄 조각이나 짜(chả) 조각에 작은 대나무 꼬치를 꽂은 후 화덕 위에 구운 것'이다.

냄 루이를 적절히 먹기 위해서는 다양한 채소, 무화과, 스타프루트, 파인애플, 푸른 바나나, 라이스페이퍼, 그리고 소스와 함께 먹어야 한다. 무화과를 쓰는 것은 후에 냄 루이만이 가진 특색이다. 후에 냄 루이는 소스를 부르는 이름부터 다르다. 후에처럼 냄 루이 소스를 '느억 래오(nước lèo)'* 라고 부르는 곳은 아무 데도 없다. 이 느억 래오는 돼지 간, 느억 맘, 설탕, 간 땅콩 등 많은 재료로 구성되어 꽤 복잡하게 만들어진다. 그리고 약간 진하면서 느끼한 맛이 있다.

냄 루이를 먹는 방법은 일반적인 쌈 음식을 먹는 법과 차이가 있다. (준비된) 모든 신선한 야채를 깔아 놓고 그 위에 냄 꼬치를 올린 뒤, 냄 위에 채소를 한 겹 더 올려서 단단하고 둥글게 말아야 한다. 그런 다음 한 손을 사용해서 꾸온 냄(cuốn nem)**을 잡고, 남은 손으로는 꼬치를 빼낸다. 이렇게 하면 라이스페이퍼가 뜨거운 냄 때문에 찢어지지 않는다. 만들자마자 바로 따뜻하게 먹는 음식이기 때문에 후에 지역 사람들은 일반적으로 냄 루이를 먹기 가장 적합한 시간이 속을 따뜻하게 하기 좋은 오후 혹은 저녁이라고 말한다. 날씨가 쌀쌀해지면 냄 루이 가게에 들러 훈제 향이 솔솔 풍기는 따끈한 여러 가지 맛을 즐겨 보는 것도 좋다. 후에 요리의 소박한 매력을 어느 정도 느낄 수 있을 것이다.

*육수, **돌돌 만 냄

Phụ lục

간편한 음식

베트남은 세계적으로 유명한 '주전부리의 천국' 중 하나로 단 음식부터 짠 음식까지 많은 주전부리들이 언제나 탐방객들을 기다리고 있다.

껌 짜이 닝 빙(cơm cháy Ninh Bình)*은 100년도 더 전에 만들어진 음식이다. 누룽지는 고슬고슬한 쌀로 만들고, 적당한 누룽지 겹을 만들기 위해 섬세하게 시간을 계산하며, 향긋한 쌀 냄새를 유지하고, 탄내가 없어야 하며, 바싹 말려야 한다. 원조 껌 짜이 닝 빙은 이 지역에만 있는 소스인 닝 빙산 염소(고기) 소스와 곁들여 먹는다. 껌 짜이 짜 봉 닝 빙(cơm cháy chà bông Ninh Bình)은 손님의 취향에 부합하도록 더 간편하게 포장한 변형 버전이다. 껌 짜이 짜 봉은 말린 고기와 매운 소스로 덮여 있다. 껌 짜이 닝 빙은 쌀의 향기와 바삭함이 적당하면서 단맛과 짠맛이 조화로워서 모든 사람들의 입맛을 사로잡는다. 이것은 또한 사람들이 닝 빙을 여행할 때 항상 찾는 특산물이다.

바잉 바오(bánh bao)** 또한 베트남인들의 입맛에 맞는 평범한 아침 식사나 편리한 간식으로 '베트남화'된 음식이다. 피는 밀가루, 우유, 설탕으로 만들어진다. 다양한 종류의 만두가 있지만 가장 인기 있는 것은 다진 돼지 살코기와 다진 돼지 비계, 그리고 메추리알이나 함압단을 넣은 종류의 만두소다. 그리고 각 지역 혹은 파는 사람에 따라서 소에 목이버섯, 고수, 베트남식 소시지 등이 추가될 수 있다. 바잉 바오는 부드럽고 폭신하며 단맛이 나는 껍질을 갖고 있으며, 고기소 부분은 짭짤하며 육즙이 마르지 않고, 계란 부분은 고소함을 유지하고 있다. 이러한 맛이 조화를 이루어 비로소 음식을 충분히 맛있고 영양가 있게 만들며, 먹어도 체하지 않게 한다. 베트남의 모든 거리에서 바잉 바오를 파는 곳을 쉽게 발견할 수 있다. 바잉 바오는 또한 장수, 풍요, 풍만의 상징으로 여겨진다. 따라서 바잉 바오는 많은 베트남 사람의 개업식 고사, 조상 제사 의식 혹은 잔치에 사용되기도 한다.

*닝 빙 누룽지, **찐빵과 유사한 음식

Bài 7

사이공 중심지 도보 관광

오늘은 날씨가 약간 쌀쌀해서 좋다. 날씨만으로도 설날이 곧 온다는 것을 알 수 있다. 해인이를 만나러 사이공으로 비행하기 정말로 좋은 날이다. 떤 썬 녓(Tân Sơn Nhất) 공항도 오늘은 매우 분주하다. 사람들은 설날 전인 이때에 일찍 고향에 가거나 여행을 한다. 아, 참! 나도 지금 여행 중이잖아. 사이공에 갈 기회가 거의 없어서 나는 식사와 관광이 편리한 1군 중심에 있는 호텔을 선택했다. 호텔에서 과일과 간식의 성지인 벤 타잉(Bến Thành) 시장까지 도보로 10분 정도 걸린다.

체크인 후 나는 해인이가 오기를 기다리는 시간을 틈타 자우 마 더우 싸잉(rau má đậu xanh) 한 잔과 바잉 짱 쫀(bánh tráng trộn)을 배달로 주문했다. 사이공에 오면 몸의 열을 식히는 데 도움이 되는 주스인 자우 마(rau má)나 자우 마 더우 싸잉을 마셔 보지 않을 수 없다. 만약 야채 본연의 맛을 좋아한다면 녹두와 코코넛밀크가 들어가지 않은 자우 마를 주문할 수 있다.

오후 2시 정각에 해인이가 호텔 로비에 도착했고, 우리의 사이공 도보 여행이 시작되었다. 우리는 득 바(Đức Bà) 성당과 바로 옆에 있는 사이공 중앙우체국에서 출발했다. 두 건물은 프랑스 식민지 시대에 지어진 건축물로 여러 번 복원되었으며 심지어 우체국 벽은 새로운 색으로 칠해졌다. 득 바 성당은 번화한 도로변에 위치해 있지만 안으로 들어가면 장엄한 분위기 때문에 마음이 고요하고 평화로워진다.

우체국 바로 옆에는 최근 몇 년 동안 사이공 시내에서 가장 매력적인 장소 중 하나가 된 응우옌 반 빙(Nguyễn Văn Bình) 책 거리가 있다. 해인이와 함께 책 거리를 걸으면서 최근에 출판된 베트남 문화와 역사에 관한 흥미로운 책도 몇 권 샀다. 한국에서 이 책들을 찾기란 쉽지 않은데, 나는 무척 신이 났다.

통일궁을 방문한 후 해인이는 건물 바로 앞의

작은 공원인 4월 30일 공원으로 나를 데리고 갔다. 이유를 묻기도 전에 한 아주머니가 재빨리 우리에게 다가와 바닥에 앉을 수 있게 신문지 몇 장을 건넸다. 많은 간식과 음료로는 커피, 주스부터 바잉 짱 느엉(bánh tráng nướng), 밥 싸오 쯩 무오이(bắp xào trứng muối)*가 있었다. 해인이는 아이스 밀크 커피, 밥 싸오 쯩 무오이와 게살수프를 시켰다.

이것이 바로 해인이가 말했던 '카페 벳(Cafe bệt)' 또는 '신문지 카페(cafe trải báo)'의 경험이었고, 사이공에 오면 꼭 체험해야 한다며 들떠서 권하던 것이었다. 이 공원과 근처에 있는 거북이 호수의 원형 교차로는 학생이나 젊은이들을 위한 '간식 천국'이다. 보이스카우트 동아리, 외국어 동아리 모임이나 주말에 그림을 그리기 위해 오는 건축학과, 미술학과 학생들을 쉽게 볼 수 있다. 차가 다니는 것이 조금 어색했지만, 주변에는 역동적인 활력이 있고, 음식이 기대 이상으로 저렴하면서도 맛있어서 좋았다.

해가 지고 날씨가 많이 선선해지면서 우리는 본격적으로 '벤 타잉 시장 먹방' 일정을 시작했다. 40년이 넘은 째 가게, 신선한 과일 가게부터 독특한 분 지에우(bún riêu)와 분 수옹(bún suông) 요리까지, 해인이가 없었다면 벤 타잉 시장 요리의 정수를 탐방하지 못했을 것이다. 하노이와 다른 특징은 사이공의 분 요리는 공심채, 숙주와 다양한 향채를 함께 곁들여 먹는다는 것이다. 국물도 북부 및 중부 지방보다 진하고 단맛이 있다. 사이공 음식은 다른 지역 음식이 도입되고 변형된 것이지만 때로는 원조 음식 못지않게 향수를 불러일으킨다.

걷고 먹고 마신 하루가 끝난 후 우리는 마지막으로 시원한 바람을 쐬며 활기찬 밤거리 풍경을 감상할 수 있는 루프탑 카페에 가기로 했다. 대개 SNS를 통해서 대화를 하고 서로의 소식을 업데이트했지만, 오늘처럼 내 단짝 친구 해인이와 거리를 걷고 대화를 하는 것은 더할 나위 없이 즐거웠다.

사이공에 오고 싶은 사람에게 주는 작은 팁: 사이공 날씨가 얼마나 시원하고 사랑스러운지 느낄 수 있도록 크리스마스 시즌과 음력 설 시기를 선택해 보세요!

*함압단 옥수수 볶음

씽 또 자우 마 더우 싸잉

자우 마(rau má)는 베트남 사람의 일상 속에서 꽤 보편적인 식품이다. 베트남 음식 중에서도 자우 마가 메인 요리와 음료로 모두 사용될 수 있는 유일한 야채일 것이다. 메인 요리로는 자우 마 국, 자우 마 샐러드, 자우 마 볶음이 있다. 음료로는 씽 또 자우 마를 언급하지 않을 수 없다. 이 음료는 서민 음료 중 하나로, 집에서 만들기가 꽤 쉽고 예전부터 지금까지 많은 가게에서 널리 팔고 있다. 그러나 최근 몇 년 사이에 젊은이들 사이에서 열풍이 일어나 베트남 국민 음료로 여겨지고 있다. 그중 가장 기본적이고 보편적인 것이 씽 또(sinh tố) 자우 마다.

자우 마는 아시아 태평양 지역에서 쉽게 찾을 수 있는 야채다. 베트남에서 이 야채는 농촌 지역에서 많이 자라며 쉽게 재배할 수 있다. 신체와 간의 열을 내리는 중요한 특징이 있어서 주로 더운 날에 자우 마를 먹는다. 또한 이러한 특징 때문에 씽 또 자우 마 또는 자우 마 더우 싸잉은 남부에서 일 년 내내 사랑받는다. 자우 마는 주로 녹두와 결합되는데 이 두 종류의 식품이 모두 신체를 정화하고 해독하며 열을 내리는 데 도움이 되기 때문이다. 만약 본연의 씽 또 자우 마를 만들면 많은 사람들이 자우 마의 떫은맛과 쓴맛을 싫어할 것이다. 그러나 녹두를 약간 섞으면 녹두의 고소한 맛이 쓴맛을 옅게 해주어서 더 마시기 쉬운 음료로 만들어 준다. 이러한 이유로 씽 또 자우 마는 점차 녹두 외에도 코코넛밀크, 우유 등 다른 많은 재료와 결합되었다.

대부분의 사이공 서민 씽 또 가게나 유명한 씽 또 가게에는 이 음료가 있다. 지난 몇 년 동안 날씨가 점점 더워져서 건강에 좋고 깨끗한 음식에 대한 관심이 높아지는 추세에 따라 씽 또 자우 마는 '맛있고, 영양가 있으며 저렴하다'라는 기준에 부응하기 때문에 꽤 많은 젊은이들에게 사랑받고 선호된다. 자우 마 한 잔의 가격은 5천 동에서 3만 동 사이로, 밀크티 또는 다른 씽 또와 비교하면 무척 저렴하다. 자우 마는 섬유질이 많고 칼로리가 낮아서 피부 미용, 체중 감소, 소화에 좋고, 기억력 향상, 스트레스 해소 등 건강에 좋은 효과도 많이 있다. 이 외에 두리안 자우 마, 녹두 자우 마 마끼아또, 밀크폼 아보카도 자우 마, 자우 마 푸딩 같은 독자적인 퓨전 씽 또 자우 마의 등장과 변형은 이 음료가 젊은 층의 기호에 부합하도록 업그레이드되면서 전국적인 열풍을 불러일으켰다.

씽 또 자우 마는 이상의 많은 장점들과 맛과 시각적 변화를 통해 약간 지루한 전통 민간 음료의 위치를 벗어나 현재 각종 밀크티 못지않게 베트남 젊은이들의 사랑을 받고 있다. 특히 이 음료는 남부를 넘어 북부와 중부에 자리 잡고 인기를 얻고 있다. 또한 씽 또 자우 마는 주방이나 서민 카페에만 머물지 않게 되었다. 요즘 사이공과 같은 대도시에서는 다양한 메뉴와 트렌디한 씽 또 자우 마 전문 프랜차이즈 체인점을 쉽게 발견할 수 있다.

Bài 8

판 티엣 해산물 즐기기

히엔: 여보세요, 유나야? 너 사이공에 놀러 갔지?

유나: 여보세요, 응. 사이공을 관광할수록 난 이 도시가 흥미로워져. 너, 집에 있는 거야?

히엔: 아니, 나 카페에 앉아서 네 생각을 하고 있지. 너한테 주말에 놀러 가자고 하려 했어.

유나: 너 사이공에 놀러 왔어?

히엔: 아니, 난 새벽에 모래 언덕을 보려고 무이 내(Mũi Né)에 갈 예정이야.

유나: 오, 재미있게 들린다. 무이 내는 매우 아름다운 사막과 해변이 있는 곳 맞지?

히엔: 모래 언덕이 바로 사막이야. 그럼 나랑 같이 갈래? 내가 사이공으로 비행기 타고 가서 너랑 같이 갈게.

유나: 그래, 그렇게 하자!

(무이 내 해변 해산물 식당에 들름)

유나: 하얀 모래 언덕과 붉은 모래 언덕에서 일출을 보는 지프 투어가 이렇게 멋질 거라곤 생각도 못 했어. 새벽의 보랏빛, 붉은빛과 어우러진 노란 모래와 흰 모래의 모습을 잊지 못할 거야. 모두 이번 여행을 추천해 준 네 덕분이야, 배낭여행의 고수인 친구가 있어서 너무 좋다!

히엔: 하하, 이제 알았어? 그건 그렇고 너는 모래 썰매를 꽤 전문가처럼 타더라!

유나: 그건 어렸을 때 겨울에 타던 한국의 썰매와 비슷해서 그래. 넌 어땠어?

히엔: 나는 모래 언덕 바로 위에 있는 아름다운 바우 샌(Bàu Sen) 호수에 놀랐어. 선녀의 계곡도 좋았어.

유나: 응, 나도 그렇게 생각해. 와, 배고프다. 우리 음식 주문하자!

히엔: 무이 내에 오면 해산물, 오징어 입 구이, 까 마이(cá mai) 샐러드, 바잉 까잉 짜 까(bánh canh chả cá)를 먹어야 해.

유나: 모두 다 시켜, 나는 해산물을 아주 좋아하거든. 판 티엣의 오징어 입 구이가 원조라고 들었어.

히엔: 그럼 맛볼 수 있도록 다양한 오징어 입 요리를 주문할게! 사 떼(sa tế) 오징어 입 구이, 소금 오징어 입 볶음, 오징어 입 튀김, 갈릭 버터 오징어 입 볶음, 오징어 입 어묵(chả cá) 등 대부분이 꼬치 구이고 마디풀과 향채, 라이스페이퍼와 함께 먹는데 양이 많지 않아서 배부를 걱정은 안 해도 될 거야.

유나: 좋아! 이 요리들이 사람들 설명처럼 바삭하고 달콤하고 기름진지 내가 확인해 볼게.

히엔: 내가 까 마이 샐러드도 주문했고, 너는 한국 사람이니깐 생선회를 먹을 수 있지? 바잉 까

잉 짜 까, 바잉 짱 느엉 맘 루옥(mắm ruốc)이 나 바잉 깐(bánh căn) 같은 간식은 우리가 무이 내 시장에 가서 먹는 게 더 맛있을 거야.

유나: 동의해. 어라? 베트남에도 생선회가 있다고? 그럼 먹어 봐야지.

히엔: 하하, 네가 좋아할 거라 장담해. 한국인은 각종 액젓부터 향채, 돼지 내장까지 다 먹을 수 있다던데. 그럼 이 향채가 들어간 생선회 같은 것은 별것도 아니지. 정말 희한해!

유나: 당연하지! 나처럼 귀엽고 편식하지 않는 친구가 있다는 걸 영광으로 알아야 돼!

바잉 깐 판 티엣

중부 지역에서 바잉 쌔오(bánh xèo)를, 남부 지역에서 바잉 콧(bánh khọt)을 즐긴 적이 있다면, 판 티엣을 탐방하러 올 때 중남부 해안 사람들에게 친숙한 간식인 바잉 깐(bánh căn)을 놓치면 안 된다. 바잉 깐의 겉모습은 남부 지역의 바잉 콧과 매우 유사하지만 재료, 요리법, 곁들이는 음식과 즐기는 방법이 매우 다르다. 바잉 깐은 중부 지역에서도 친숙한 음식이지만 판 티엣의 바잉 깐은 독특한 특징이 있다.

바잉 깐이라고 부르는 이유는 빵이 익을 때 반죽이 부풀어 오르며 아랫면은 골고루 바삭하고 윗면은 부드럽기 때문이다. 이 지역 사람들은 단어 '깡(căng)'을 '깐(căn)'으로 읽었고, 점차 그 이름이 익숙해져 오늘날까지 일반적으로 사용된다. 바잉 콧 또는 바잉 쌔오와 유사하게 바잉 깐도 쌀가루를 틀에 부어 만든다. 그러나 빵마다 차별화된 특징을 갖는데, 바잉 깐은 점토로 만든 틀에 쌀가루를 부어서 만들고 틀에 식용유(또는 비계)를 넣지 않는다. 틀을 사용하는 것은 흙과 도자기를 굽는 기술이 매우 번성했던 고대 중남부 지역 참파 문화의 특징이다. 따라서 바잉 깐은 바잉 콧 또는 바잉 쌔오과 같이 '튀긴' 반죽이 아니라 '구운' 반죽 요리다. 해안 지역의 지리적 특징으로 인해 바잉 깐 판 티엣은 소를 보통 고기, 새우, 오징어로 만든다. 판 티엣의 '진한 바다 느낌'을 느끼려면 오징어 소를 먹어 봐야 한다. 바잉 깐의 또 다른 특징은 소스와 같이 곁들여 먹는 음식이라는 것이다. 생선조림 소스를 사용한다는 부분에 바로 감동을 받게 될 것이다. 이 지역에서 바잉 깐과 함께 제공되는 소스로는 특제 느억 맘, 씨우 마이(xíu mại) 소스와 생선조림 소스가 있다. 식당마다 각자의 요리법이 있고 조림용 생선의 종류도 그날 잡은 생선의 품질에 따라 유동적이지만 생선 살이 향긋하고 통통한 전갱이나 노란 전갱이가 가장 보편적이다. 이 생선조림 소스는 생선의 진한 맛과 본연의 고소한 단맛을 지니며, 이러한 소박한 단맛과 짠맛은 매우 '중부 지역'적이다. 이 생선조림 소스 한 그릇 외에 손님은 미트볼 몇 개를 넣은 씨우 마이 소스, 돼지 껍질, 메추리알, 잘게 썬 생 망고도 제공받는다.

바잉 깐 판 티엣과 곁들여 먹는 야채는 다른 바잉과 달리 채 썬 생 망고나 스타프루트, 얇게 썬 녹색 바나나처럼 매우 간단하다. 먹을 때 손님은 바잉 깐을 느억 맘 소스에 찍고 위에 단맛과 짠맛이 나는 고기와 생선 살, 채 썬 새콤한 망고를 조금 올려서 먹으면 한 입만으로도 다양한 맛을 경험할 수 있다. 또한 이렇게 단순한 재료들의 결합 덕분에 요리가 느끼하지 않고 먹을수록 중독된다.

요리는 지리적 특징뿐만 아니라 지역적 특징을 매우 명확하게 반영한다. 판 티엣의 바잉 깐을 먹으면 해산물 재료에서 나오는 '중부 해역' 해산물 본연의 진한 맛과 곁들여 먹는 음식의 맵고 짠 맛을 느낄 수 있다.

Bài 9

달랏 야시장

무이 내에서 히엔과 함께 일출을 보고 즐거운 시간을 보낸 여행은 추억을 간직하기 위해 사진을 거의 천 장이나 찍을 정도로 인상적이었다. 풍경은 놀랍도록 아름다웠으며, 어촌 풍경은 정말 색달랐고, 음식은 말이 필요 없을 정도로 맛있었다.

무이 내의 바람과 태양은 하노이의 쌀쌀한 날씨를 생각나게 한다. 우연히 무이 내에서 차로 겨우 다섯 시간 거리에 있는 달랏에 대해 이야기를 하던 우리는 바로 그곳에 가기로 했고, 사이공에 있는 해인이를 초대해 합류하게 되었다.

'몽환적인 달랏', '꽃의 도시' - 책에서만 보던 아름다운 단어, 내가 지금 여기에 서 있다! 달랏에는 시원한 바람, 낭만적인 소나무 숲, 향기를 뽐내는 많은 꽃들이 있다. 이제야 사람들이 달랏에 그런 이름을 붙인 이유를 알 수 있었다. 달랏을 방문했는데 어떻게 달랏 야시장을 건너뛸 수 있을까! 우리처럼 '먹기 위해 사는' 사람들은 과일과 간식의 천국을 무시할 수 없었다.

달랏 야시장은 '엄 푸 달랏(Âm Phủ Đà Lạt) 시장'으로도 알려져 있다. 이런 이름이 붙여진 것은 시장 주변에 가로등이 없었던 시기부터 시장이 야간에 영업을 했고, 노점상과 포장마차 모두 사용하는 석유램프에 안개가 더해져 달랏의 분위기를 '저승'처럼 으슥하고 신비롭게 만들었기 때문이다. 이곳에서 손님은 뜨거운 두유 외에 세 가지 유명한 간식인 바잉 짱 느엉*, 저우 떠이 락(dâu tây lắc)과 깸 버를 즐겨야 한다. 바잉 짱 느엉은 다양한 토핑 재료를 곁들인 피자의 베트남 서민 버전이라고 할 수 있다. 모든 재료를 얇은 라이스페이퍼에 올린 후 숯불(연탄)에 올려 재료가 골고루 익을 때까지 바삭하게 굽는다. 라이스페이퍼 껍질은 바삭바삭하고 뜨겁고, 재료의 새콤달콤한 맛이 어우러져 계속 먹어도 질리지 않는 간식으로 거듭난다. 나와 해인이를 가장 놀라게 한 것은 아마도 저우 떠이 락이었을 것이다. 나와 해인이 같은 한국인에게 딸기는 그리 낯설지 않은데, 저우 떠이 락은 낯설고 독특한 조합이었다. 저우 떠이 락은 딸기에 설탕, 새우소금을 섞은 후 흔들어 양념을 배어 들게 하면 되는 것으로, 아주 간단하게 만들 수 있다. 사실 해인이처럼 오랫동안 딸기를 좋아해 온 사람도 이 '진한 베트남스러움'에는 적응하기 힘들었다. 그래서 우리 둘은 이 모든 걸 히엔에게 양보하기로 했다.

깸 버는 부드럽고 그윽한 단맛을 지닌 코코넛 크림과 쫀득쫀득하고 향긋하며 고소한 아보카도 씽 또의 흥미로운 조합이다. 한국에서는 비슷한 아이스크림이나 스무디를 찾기 어렵다. 베트남에서도 달랏처럼 이렇게 순수한 맛을 내는 곳은 많지 않다. 추운 나라에서 태어난 나는 달랏 요리가 왜 항상 잊을 수 없는 인상을 주었는지를 어느 정도 이해할 수 있었다. 기분 좋은 쌀쌀한 온도와 달랏의 시적인 풍경이 미각을 자극하여 무엇을 먹든 기분을 좋아지게 하는 것 아닐까?

나와 해인, 그리고 히엔의 달랏 야시장 먹방 투어는 대성공이었다. 식탐이 많은 우리 셋은 다음 날 먹을 계획을 의논하면서 먹기 위해 과일을 잔뜩 사 가지고 호텔로 왔다. 유나의 전우들이여! 러우 보(lẩu bò), 바잉 까잉 쑤언 안(bánh canh Xuân An), 바잉 미 씨우 마이(bánh mì xíu mại)**와 함께 또 다른 놀라움을 기대하시라!

*베트남식 피자, **미트볼 바게트

바잉 까잉 달랏

분이나 퍼와 마찬가지로 바잉 까잉(bánh canh)은 지역이나 요리사에 따라 다양한 요리법과 버전이 있는 요리다. 분과 퍼의 면을 쌀가루로 만든다면 바잉 까잉 면은 쌀가루, 밀가루, 녹말가루, 타피오카 가루 또는 위의 가루를 섞어서 만들 수 있다. 면은 동그랗고 굵어서 우동 면과 거의 비슷하다. 바잉 까잉 국물도 다채로워 바잉 까잉 종류에 따라 새우, 생선 또는 돼지 뼈로 요리할 수 있다. 국물의 종류나 각 지역의 맛이나 요리사의 취향에 따라 조미료도 달라진다. 바잉 까잉은 생선 살, 어묵, 돼지 족발, 새우, 고기, 해산물 등과 함께 곁들여 먹을 수 있다. 그래서 바잉 까잉 까 록(cá lóc), 바잉 까잉 똠 팃(tôm thịt), 바잉 까잉 꾸어(cua), 해산물 바잉 까잉 등 매우 다양한 이름으로 부른다.

바잉 까잉은 달랏에서 유래한 음식은 아니지만 달랏의 바잉 까잉은 매우 독특한 맛을 낸다고 모두들 이야기한다. 그 차별화 요인이 무엇인지 정확하게 표현하는 것은 매우 어렵다. 모두들 달랏

전역에서 바쁘게 맛집을 돌아다니느라 바잉 까잉 달랏을 놓치면 많이 아쉬울 거라고 이야기한다.

달랏에는 바잉 까잉 식당이 많이 있는데, 달랏에서 30년 이상 운영한 바잉 까잉 쑤언 안(bánh canh Xuân An) 식당이 가장 유명하다. 이 식당은 냐 쭝(Nhà Chung) 거리에 위치하며 거의 모든 사람들이 알고 있고 바잉 까잉 냐 쭝으로도 알려져 있다. 바잉 까잉 외에 분 보 후에, 미 꾸앙, 분 까(bún cá, 생선국수)를 판매한다. 특별한 점은 식당이 오후 1시부터 바잉 까잉 판매를 시작하고 다른 요리는 아침에 제공된다는 것이다. 가게를 연 지 얼마 되지 않은 시간에도 손님들로 붐벼서 이곳의 인기를 실감케 한다.

바잉 까잉 쑤언 안의 특징은 투명하고, 너무 불지 않으면서 질기지 않은 면발이고, 신선한 어묵과 소시지(미트볼)와 곁들여서 먹으며 후추와 고수의 조합 덕에 비린 맛이 없다는 것이다. 손님은 곁들여 먹기 위한 돼지 족발을 추가로 주문할 수 있다. 바잉 까잉 쑤언 안의 면은 럼 동(Lâm Đồng) 성의 타피오카 가루에 쌀가루를 섞어 전통 조리법에 따라 전부 손으로 만든다. 바잉 까잉 쑤언 안의 국물은 무척 진하고 황금빛이 돌며 약간 걸쭉하다. 먹을 때 라임과 칠리 액젓을 조금 넣으면 더 자극적인 맛이 된다.

바잉 까잉 달랏은 오랜 역사부터 소박한 맛과 저렴한 가격까지 다양한 이유로 친숙하고 서민적인 것으로 사랑받고 있다. 바잉 까잉 달랏은 1980년대부터 달랏 사람들에 의해 변형되었으며, 지역 개발과 관련이 있다. 냐 쭝 거리 자체도 수많은 서민 음식점과 노점상이 모여 있는 곳이지만 음식 맛과 느긋한 분위기에서 향토적인 향기가 짙다. 바잉 까잉 달랏은 소박하고 친근하지만 잊을 수 없는 이 지역 음식의 특성을 대표한다고 말할 수 있다.

Phụ lục

디저트

열대 몬순기후로 더운 날이 많아서 몸의 열을 식히는 간식은 베트남 전역에서 항상 인기가 있다. 베트남은 지리적 특성과 많은 외국 문화와의 교류 역사를 가지고 있기 때문에 다른 나라의 음식을 변형한 간식도 많이 있다. 바잉 플란(bánh flan)과 따오 퍼(tào phớ)도 그중 하나다.

바잉 플란은 스페인과 프랑스 선교사들의 발자취를 따라서 베트남에 유입된 유럽식 디저트다. 이 음식의 원래 프랑스 이름은 'Flan' 또는 'Crème Caramel'이고, 베트남 사람들은 이 음식의 이름을 '바잉 플란'으로 써 오고 있다. 이 음식은 주요 재료인 가당연유와 달걀노른자를 잘 저은 다음 찐 것이다. 윗부분은 흑설탕 층으로 덮여 있어 쓴맛과 '탄' 설탕 냄새가 푸딩의 비주얼을 좋게 하고 맛을 더 풍부하게 만든다. 베트남 식당에서는 바잉 플란을 약간의 커피, 코코넛밀크 또는 연유를 더해 재창조한 후 시원하게 하기 위해 얼음을 추가한다. 손님은 또한 펄이나 젤리 등 몇 가지 토핑을 추가로 요청하거나 개인 취향에 따라 녹차, 커피, 코코넛 등 다른 맛의 플란을 선택할 수 있다.

따오 퍼(tào phớ) 또는 설탕물 더우 후(đậu hũ)는 콩과 설탕물로 만든 열을 내리는 디저트의 이름이다. 이 이름은 베트남 북부와 중부에서 보편적이고 남부에서는 주로 따우 후(tàu hũ) 또는 따우 후 느억 드엉(tàu hũ nước đường)이라고 부른다. 이 음식은 (북부와 중부) 두 지역에서도 다르다. 북부의 따오 퍼는 보통 상앗빛 흰색이고 설탕물은 옅은 노란색으로 묽게 요리되어 향기로운 재스민 꽃을 이에 절인다. 그래서 이 음식은 시원한 맛과 특별한 향기가 있다. 따오 퍼는 주로 그릇에 담아서 뜨거울 때 제공되는데, 더운 여름에는 얼음을 조금 넣어 열을 식힐 수 있다. 남부의 따우 후는 더 걸쭉하게 요리되고 설탕물은 짙은 노란색으로 더 달콤하며 설탕물에 생강을 조금 넣고 먹을 때 고소한 코코넛밀크를 추가한다. 따오 퍼는 노점상들이 "여기 따오 퍼(있어요)."라고 부르는 모습을 떠올리게 하며, 이는 여러 세대의 소박한 어린 시절을 연상시킨다.

Bài 10

베트남 명절의 특징

히엔: 유나야, 원단절(설날)에 무슨 계획 세웠어?

유나: 아직. 나는 멀리 여행을 갈까 아니면 하노이에 남아 설날을 보낼까 고민 중이야.

히엔: 그럼, 우리 가족과 함께 설날을 보내는 건 어때? 설날 동안 베트남 사람의 새해와 하노이의 다른 분위기를 경험해 봐.

유나: 와, 무척 흥미롭게 들리네! 설날의 하노이는 평소와 많이 달라?

히엔: 엄청 다르지. 놀라우리만큼 조용하고 적막해. 많은 사람들이 설 쇠러 고향에 가기 때문에 하노이는 조용해지고 생활 리듬도 느려져.

유나: 그래? 그럼 나는 하노이에서 설날을 보내야겠어. 근데 너희 집도 바잉 쯩(bánh chưng)을 만드니?

히엔: 만들지. 모레 우리 가족은 모여서 바잉 쯩을 싸고 밤새도록 삶을 거야.

유나: 나도 참여할 수 있어?

히엔: 당연하지. 네가 놀러 오면 우리 가족이 매우 기뻐할 거야.

유나: 아, 이전에 호 떠이에 갔을 때 사람들이 잉어를 방생하고 제사용 금색 종이를 태우는 것을 봤어. 그것도 설날 풍습이지?

히엔: 음력 섣달 23일, 즉 음력 12월 23일은 옹 따오(Ông Táo)를 하늘로 보내는 날이야. 옹 따오는 각 가정의 부엌을 돌보는 신이야. 사람들은 제물을 바친 다음 옹 따오가 잉어를 타고 하늘로 올라가 옥황상제에게 보고할 수 있도록 잉어를 강, 시내, 연못에 풀어 주는 거야.

유나: 그렇구나. 베트남의 설날은 한국보다 길고 많은 의례가 있구나.

히엔: 그래? 바잉 쯩을 싸서 제사상에 올리는 건 조상을 기리고 감사하는 베트남 사람들의 풍습이야. 이것은 또한 힘든 한 해를 보낸 가족들이 모여 즐겁게 이야기를 나누는 때이기도 해. 나는 한국에도 비슷한 풍습이 있을 거라 생각해.

유나: 응. 한국은 추석을 쇠고 설날을 쇠기도 해. 추석에는 가족들이 모여 송편을 만들고 설날에는 만두와 떡국을 만들고 조상께 제사를 지내.

히엔: 나는 두 나라의 새해 풍습이 요리나 의례에서 약간 다를 뿐 의미는 매우 유사하다고 생각해. 단오절도 그런 하나의 예야.

유나: 베트남도 매년 음력 5월 5일에 단오절을 지내는 거야?

히엔: 응, 베트남의 단오절은 '벌레 죽이기'와 조상을 모시는 명절로 여겨져. 과거에는 이 시기가 계절이 바뀌는 때라서 전염병이 생기기 쉬웠어. 그래서 사람들은 질병을 예방하기 위해 양기가 가장 강한 낮 12시에 발효 식품을 먹고 태양을 똑바로 쳐다봤어.

유나: 무슨 음식이야?

히엔: 북부는 즈어우 냅(rượu nếp)*이나 즈어우 냅 껌(rượu nếp cẩm)**을 올리고 중부와 남부는 껌 즈어우(cơm rượu)***나 바잉 쪼(bánh tro)를 올렸어.

유나: 재밌다! 네 덕분에 많이 알게 됐어. 고마워 히엔아!

히엔: 천만에. 모레 꼭 와. 그리고 시간이 되면 1월 1일에 우리 집에 와서 새해 첫 식사를 하고 세뱃돈도 받아 가.

유나: 좋아! 스무 살이 넘었지만 여전히 세뱃돈 받는 것보다 더 좋은 게 어디 있겠어!

히엔: 하하! 베트남에서는 결혼하기 전까지 세뱃돈을 받을 수 있어!

유나: 하하! 난 이 즐거운 일들을 내 블로그에 남겨야겠어.

*찹쌀술, **찰흑미술, ***술밥

바잉 쯩과 바잉 땟

"푸른 바잉 쯩, 붉은 수박.

노란 매화 가지, 신선한 복숭아 가지…"

이것은 오손도손 모인 설날에 부르는, 많은 베트남 사람들의 어린 시절 추억과 관련된 동요에서 발췌한 것이다. 노래에서 나오듯 현대 베트남 설날에는 바잉 쯩과 수박, 매화꽃, 복숭아꽃 등과 같은 세 지역의 친숙한 상징물들을 볼 수 있다. 옛날부터 베트남의 전통적인 설 명절은 항상 바잉 쯩과 바잉 저이(bánh giầy)의 이미지와 연관되는데, 이는 베트남 사람들의 사각형 및 원형에 관한 철학, 그리고 음양 철학을 상징한다. 이 두 종류의 떡의 기원은 6대 훙(Hùng)왕 시기에 왕위를 계승한 랑 리에우(Lang Liêu) 황태자 이야기와 관련이 있다.

둥근 바잉 저이는 하늘을 상징하고, 네모난 바잉 쯩은 땅을 상징한다. 이 결합은 우순풍조를 결정하는 요소와 고대 벼농사 문명의 발전에 있어서 결정적 요인이었던 땅과 하늘의 조화에 관한 의미를 담고 있다. 바잉 쯩과 바잉 저이는 베트남 문화에서 어머니와 아버지의 화신이기도 하다. 그래서 설날에 이 두 종류의 떡을 제단에 바치는 것은 풍작을 기원하고, 대자연에 감사하는 표현일 뿐만 아니라 조상에 대한 감사와 부모의 양육에 대한 공로에 감사를 표현하는 것이기도 하다.

과거와는 조금 다르게 현대 베트남 설날의 음식 문화는 바잉 쯩과 바잉 땟(bánh tét)의 이미지와 더 연결된 것 같다. 바쁜 현대에 가족이 모여 바잉 쯩과 바잉 땟을 싸고 떡을 준비하기 위해 밤새도록 떡을 요리하는 모습은 영적인 가치를 담고 있다. 분주하고 힘든 한 해를 보낸 후 온 가족이 모여 즐겁게 이야기하고 서로 격려하는 정신적 단합과 가족 상봉을 상징한다.

바잉 땟과 바잉 쯩은 재료와 요리법에서 비교적 유사하지만 지역에 따라 모양과 기본형이 다르다. 두 가지 떡의 기본 재료는 찹쌀, 녹두, 돼지고기이며, 종(dong, 프리니움) 잎이나 바나나 잎을 쓰는데, 시간이 지남에 따라 이 두 가지 떡에 사용되는 재료도 다양하게 변화하였다. 바잉 쯩은 '바잉 쯩, 바이 저이' 전설에서 파생된 많은 영적 의미를 담고 있으며 북부에서 새해 잔칫상의 상징으로 여겨진다. 남부 사람들의 바잉 땟은 모양이 원통형이며 그 기원에 대한 여러 가지 설이 있다. 그중 하나는 이 지역에 거주했던 비엣족(người Việt), 참(Chăm)파 민족과 화교들 간의 문화 교류에 관한 설이다.

따라서 바잉 땟의 재료는 베트남 사람(Việt 족)의 바잉 쯩과 비슷하고, 동시에 북부 산악 지역의 일부 소수 민족에도 '바잉 자이' 또는 '바잉 따이'라는 이름을 가진 유사한 종류의 떡이 있다. 바잉 땟의 원통형 모양은 참족 링가(다산 신앙)의 전통적인 믿음의 영향을 받은 것으로 여겨진다. 남부의 바잉 땟을 만들기 위한 재료도 중국 음식 문화의 영향으로 더욱 정교해져서 녹두, 팥, 찰흑미 등 화려한 노란색, 보라색, 빨간색의 색상이 많이 사용된다. '바잉 땟'이라는 이름에 대한 해석도 다양한데 이는 '바잉 뗏(bánh Tết)'의 발음일 수도 있고, 남부 사람들이 (떡을) 둥근 조각으로 자르는 'tét bánh(땟 바잉)'의 행위일 수도 있다.

바잉 쯩과 바잉 땟은 설 연휴 동안 베트남 사람들의 '물을 마시듯 그 근원을 기억하라(飮水思源)'는 정신을 반영하는 동시에 과거 베트남 사람들의 문화적 다양성과 외국 문화의 교류에 대한 증거이기도 하다. 어린이들에게 바잉 쯩과 바잉 땟은 밤을 새우고 바잉 쯩의 화덕 곁에서 순수하게 놀 수 있는 호기심, 들뜬 기분과 연결된다. 어른들에게 이 설날 떡은 가족, 친구들과 함께했던 어린 시절의 따스하고 순수한 추억과 감정을 불러일으킨다.

Bài 11

단오절에는 무엇을 먹지?

히엔과의 대화가 끝난 후 곧바로 집에 돌아와 컴퓨터로 검색해서 베트남과 한국의 단오절에 대한 정보를 찾았다. (베트남과 한국 모두) 음력 5월 5일에 단오절을 지내는 것은 맞다. 단오절은 중국은 물론 한국, 베트남 등 일부 아시아 국가의 전통적인 명절이다. 그러나 각 나라마다 의미에 대한 해석과 예식 절차가 조금씩 다르다. 진짜 놀랍다! 누가 이 사실을 알겠어!

베트남에서는 뗏 도안 응오(tết Đoan ngọ, 단오절) 또는 뗏 도안 즈엉(tết Đoan dương, 丹陽)이라고 하는데 한자에서 유래된 의미로 이해된다. 도안(Đoan, 丹)은 '시작', 응오(Ngọ, 午)는 '정오', 즈엉(dương, 陽)은 '태양과 양기'이다. 단오절은 태양이 가장 높이 떠서 양기가 가장 왕성한 정오의 시기다. 또한 이 시기는 병충해가 번성하여 농작물을 해치고 가축과 사람도 병에 걸리기 쉬운 때이기도 하다. 그래서 단오절은 작물에 해를 끼치는 곤충을 퇴치하고 방역을 위한 건강식을 먹기에 가장 적기라는 것이 옛 베트남 사람들의 관념이었다. 제사를 지내기 가장 좋은 시간은 낮 12시 또는 오전 7~9시다. 또한 사람들은 맑은 하늘과 평안을 기원하며, 계절의 변화를 축하하기도 한다.

한국에서 뗏 도안은 단오절이라고 부르는데 베트남과 어휘가 비슷하면서도 의미가 다르다. '단'은 '시작'의 의미이고, '오'는 숫자 5로 이해된다. 단오는 한여름을 시작하는 달의 5일째인 5월 5일이며, 두 번 반복되는 홀수 5는 양기가 가장 왕성할 때를 상징하며 모든 생명체가 양기를 받고 천지와 신들의 축복을 받는 것이다. 따라서 이때는 사람들이 휴식을 취하고 봄 농사철(mùa vụ)을 축하하고, 신들에게 감사를 표하고 풍년을 기원하며 몸보신을 위해 요리를 만드는 때다.

위에 언급한 이러한 약간의 차이 때문에 양국의 명절 음식과 의식도 차별화된 특징이 있다. 베트남 사람들은 몸의 질병을 물리치기 위해 즈어우 넵(rượu nếp), 껌 즈어우(cơm rượu), 바잉 쪼(bánh tro), 바잉 쪼이 느억(bánh trôi nước), 리치, 복숭아, 자두와 같은 발효 음식 또는 신맛과 떫은 맛이 나는 과일을 주로 준비하고 제사상에 올린다. 단오절 이른 아침에는 일어나자마자 바로 공복에 껌 즈어우와 같은 발효 식품을 먹거나 즈어우 넵을 마신다. 이러한 음식에 들어 있는 미생물 효모의 맵고 뜨겁고 쓰고 신맛은 인체의 소화계에서 기생충을 퇴치하는 데 도움이 된다. 이 두 음식 모두 찹쌀로 요리하여 발효시킨 것으로 단맛과 동시에 매운맛과 신맛이 난다. 남부와 중부 지방에서는 사람들이 바잉 쪼를 선호한다. 바잉 쪼는 말린 나무를 태운 재와 찹쌀가루를 섞은 소를 바나나 잎으로 싼 삼각형 모양의 음식이며 사탕수수 당밀(mật mía)을 곁들여 먹는다. 재 성분은 장의 열을 내리고, 소화와 해독을 돕는다. 바잉 쪼이 느억 또한 단오절에 보편적이며, 찹쌀가루, 녹두, 생강으로 만들어 몸을 시원하게 하고 독소를 배출하는 데 도움이 된다.

베트남 단오절에서 꽤 흥미로운 점은 장을 청소하기 위해 배가 고픈 이른 아침에 껌 즈어우를 먹는 것이다. 또 다른 흥미로운 의식은 정오에 맨눈으로 태양을 직접 보는 것인데 눈을 여러 번 깜박거리면 눈병이 생기지 않는다고 한다.

한국 사람들은 그네, 씨름 등 민속놀이로 축제 분위기의 단오를 즐기고, 피로를 풀며 체력을 난련한다. 또 다른 독특한 풍습은 여성들이 영양소와 양기가 풍부한 창포물로 머리를 감는 것으로, 두피를 깨끗이 하고 모발에 달라붙는 각종 벌레들을 제거하며, 두피 가려움증을 없애고 머리숱이 풍부하고 곱게 자라도록 돕는 동시에 음기와 귀신 등을 물리친다는 의미가 있다. 또한 옛 조정과 양반들은 아랫사람에게 부채를 선물하여 여름 더위를 물리치도록 하였다. 이 명절 음식은 주로 양기를 증진시키고, 몸의 면역력을 높이며, 해열을 돕는 '수리취떡'이다. 이 떡은 찹쌀로 만들어 국화 잎이나 찧은 쑥에 버무려 바퀴 모양으로 만든 뒤 찐 것이다. 국화 잎이나 쑥의 성분은 비타민이 풍부하여 피로를 줄이고 몸의 독소를 제거하는 데 도움이 된다. 옛 한국인에게 영적 상징성을 지닌 바퀴 문양은 각종 도자기에 많이 사용되었으며, 재앙과 불운을 물리치는 데 도움이 된다는 믿음으로 만들어졌다.

껌 즈어우와 바잉 쪼이 느억

일반적으로 베트남을 비롯한 아시아 지역의 전통적인 명절 의식에서 술, 떡, 과일은 항상 제단에 올려지는 친숙한 음식이다. 제사 의식이 있는 곳에는 항상 술과 떡, 과일이 있다. 설날에는 바잉 쯩, 바잉 땟, 추석에는 바잉 쭝 투(bánh Trung thu)가 있다면 단오절에는 껌 즈어우와 바잉 쪼이 느억이 대표적인 음식이다.

껌 즈어우는 단오절에 빠질 수 없는 음식이다. 맵고 시고 쓴 맛 때문에 껌 즈어우는 체내 기생충을 제거하는 데 매우 효과적인 음식으로 여겨진다. 껌 즈어우는 찹쌀로 찹쌀밥을 만들어 식히고 나서 작은 덩어리로 빚은 후 술독과 함께 양조하여 3~4일 후 술로 발효시킨다. 술로 만드는 데 사용되는 찹쌀은 보통 찰흑미나 찰현미여야 한다. 그러나 베트남은 3,200km 길이에 달하는 영토와 54개의 민족이 있어 각 지역마다 제조법과 재료, 껌 즈어우의 제공 방식이 다를 것이다. 북부의 껌 즈어우는 발효 숙성 전에는 덩어리로 빚어지지 않지만 중부의 껌 즈어우는 네모난 덩어리로 빚어지고, 남부의 껌 즈어우는 둥근 덩어리로 빚어진다. 먹을 때는 국물을 밥에 부은 것처럼 찹쌀밥과 그 위에 붓는 술 부분이 있는데, 이는 한국의 국밥과 같다.

베트남 사람의 '벌레를 죽이는' 명절 음식, 껌 즈어우는 맛있는 음식일 뿐만 아니라 면역력을 높이고 많은 질병을 예방하는 약이기도 하다. 베트남 껌 즈어우를 보고 마셔 보면 한국 사람들은 쉽게 막걸리를 연상하여 비교할 수 있다. 둘 다 쌀로 발효시킨 음식으로 술의 일종이지만 민간에서는 일반 술보다 건강에 좋다고 여겨진다. 두 음식 모두 술과 밥 부분으로 분리된다. 두 음식 모두 술의 신맛과 더불어 찹쌀의 단맛이 나기 때문에 많은 사람들의 입맛을 사로잡는다.

바잉 쪼이 느억은 단오절과 한식인 음력 3월 3일에 올린다. 바잉 쪼이 느억을 만드는 방법과 베트남에서 한식에 떡을 바치는 의미는 '물을 마시듯 그 근원을 기억하라'는 문화를 보여 준다. 이러한 베트남 민족 특색을 보여 주는 가장 대표적인 두 가지 행사는 하이 바 쯩(Hai Bà Trưng) 축제(음력 3월 6일)와 훙왕 제사일(음력 3월 10일)에 바잉 쪼이 느억을 바치는 것이다. 바잉 쪼이 느억은 고대 농업의 두 가지 중요한 식품인 쌀가루와 녹두로 만들어지며, 자연의 조화와 풍작을 기원한다. 떡은 작고 동그란 모양으로 빚어내고 겉은 흰 쌀가루, 속은 달콤한 녹두 소다. 1인분 그릇에는 여러 작은 떡 덩어리들이 들어 있는데 이는 '백 개의 알에서 탄생한 백 명의 아들', '용의 아들 선녀의 손자'라는 옛 베트남인의 기원을 상징한다. 현재 보편적인 '바잉 쪼이 느억'에 대해서는 많은 논쟁과 가설이 있지만 호 쑤언 흐엉(Hồ Xuân Hương)의 유명한 시 '바잉 쪼이 느억'의 인기에 관한 주장이 일반인들에게 익숙하다. 호 쑤언 흐엉에 의해 '물에 일곱 번 뜨고 세 번 가라앉는다.'라고 묘사된 '바잉 쪼이 느억'은 은유적 화법이면서 끓일 때 뜨거운 물 냄비 안에 떠 있는 떡의 실제 모습이기도 하다. 바잉 쪼이 느억도 지역에 따라 다르게 변화하였다. 북부 바잉 쪼이 느억은 작고 둥근 떡 덩어리로 사탕수수의 당밀로 채운 소가 있고 설탕물을 곁들여 먹지 않으며 먹을 때 얇게 썬 생강 약간, 참깨, 잘게 채 썬 코코넛을 고명으로 올릴 수 있다. 남부 바잉 쪼이 느억은 크고 둥글며, 소는 녹두이고, 걸쭉한 생강 설탕물과 코코넛밀크를 곁들여 먹는다.

베트남의 음력 3월(한식)과 음력 5월(단오절)은 날씨가 상당히 더운 시기다. 그래서 쌀가루와 시원한 성질을 가진 녹두를 재료로 만든 바잉 쪼이 느억은 조상에 대한 감사의 마음일 뿐만 아니라 열을 식히는 음식을 즐겨야 하는 요구에서 만들어진 음식이기도 하다.

Bài 12

즐거운 추석 쇠기

베트남 명절 풍습에 대한 정보를 찾을수록 그 풍습이 과거에서 현재로 변해 가는 과정이 궁금해졌다. 전에 히엔의 집에 바잉 쭝을 만들러 갔을 때 현대인의 생활 리듬에 따라 옛 풍습이 점차 많이 바뀌고 있다는 이야기를 들었다. 그리고 추석은 그런 영향을 받을 수밖에 없는 명절 중 하나다.

베트남에 오기 전에 언론에서 많이 접한 베트남 추석의 모습은 수많은 밝은 등불을 파는 거리, 명절 전 분주한 월병 가게 또는 가족이 함께 월병을 먹는 광고 등이었다. 한국에서 태어나 인천과 부산의 차이나타운을 여러 번 다니면서 본 이 모습들이 베트남 추석은 중국과 비슷할 것 같다는 생각을 들게 했으나 현실은 그렇지 않았다. 베트남 사람들의 추석에는 몇 가지 차이점이 있다. 베트남의 경우 중국 사람처럼 행운과 평화를 상징하는 추석 등불을 집 앞에 달지 않고 주로 아이들이 갖고 놀 수 있도록 했다. 각 나라의 추석을 축하하는 방식이 다르므로 이는 한국의 추석과도 매우 다르다. 그리고 이러한 궁금증을 해결하기 위해 히엔에게 메시지를 보내 물어봤다.

(채팅 내용)

유나: 히엔아, 전에 너희 부모님에게 들었는데 옛날 추석에는 보통 온 가족이 모여서 8월 보름에 제사를 지내고 같이 보름달을 본다고 했지?

히엔: 응. 어렸을 때 추석 때마다 보름달에 제사를 지낸 후 가족들이 함께 마당에 나가 달을 보고 바잉 쭝 투를 즐기고 차를 마셨고, 할머니, 할아버지께서 '반얀나무 그루터기에 앉은 꾸오이 아저씨'의 이야기를 들려주곤 하셨어. 또는 동네 아이들은 별 모양 등불을 만들고, 함께 모여 추석 등불 맞이를 한 후 친구 집에 가서 함께 놀고 추석 상을 받고 보름달을 보며 어른들이 들려주는 옛이야기를 들으면서 보름달 색에 따라 미래와 풍년을 예측하기도 해. 아주 재미있어!

유나: 와, 재밌겠다! 근데 색깔을 보며 무엇을 예측하는 거야?

히엔: 노란색 달은 풍년, 하늘색이나 푸른색은 자연재해, 주황색은 평화와 번영을 상징해.

유나: 그럼 지금은 이런 풍습이 없어졌어?

히엔: 아쉽게도 이 풍습을 예전처럼 지키는 가족은 많지 않아. 현대 일상생활에서 사람들이 바빠서 이제 추석 명절은 서로 바잉 쭝 투를 주고 등불 거리에 사진 찍으러 가는 날일 뿐이야.

유나: 그렇구나. 아쉽네, 나도 그렇게 추석 상을 한 번 받아 볼 수 있었다면 좋았을 텐데. 베트남 사람들이 어떻게 추석을 보내는지 알고 싶어.

히엔: 보통 잔칫상에는 바잉 쭝 투, 사탕, 사탕수수, 포멜로*, 지브라**, 등불 등이 포함되는데, 집마다 달라. 이 잔칫상은 달과 천지에 제물을 바쳐 평안과 행운, 풍년과 가족의 화합을 기원하기 위한 거야. 어떤 곳에서는 제사를 지낸 후 용탈춤 무용단이 평안과 번영을 기원하기 위해 아이들과 함께 집집마다 잔칫상을 받으러 다녀.

유나: 어, 용탈춤은 보통 설날이나 중요한 개업식 때만 하는 거 아냐?

히엔: 아니야, 베트남 사람은 보통 추석 때 아이들을 위한 간단한 용탈춤을, 그리고 설날에는 규모가 더 큰 용탈춤 공연을 하거든. 이 풍습은 베트남만 갖고 있는 고유한 특징이야. 옛 베트남에서는 추석 보름달의 의미가 농업 활동과 연관이 있는데 한국과 꽤 비슷하지 않아?

유나: 네가 항상 베트남에서 추석이 어린이날이라고 했는데 이게 중국이나 한국과는 매우 다른 점이야. 이런 특징은 옛날부터 있던 거야?

히엔: 베트남 추석은 공휴일이 아니야. 1945년 독립선언 후 매년 호 아저씨가 이날에 아이들에게 편지를 보냈어. 그 이후로 베트남 추석

은 아이들을 대상으로 하며 어린이날이라고 불리게 되었지.

유나: 이해했어. 자세히 설명해 줘서 고마워.

히엔: 하하, (내가) 열정적이면서 성격도 좋긴 하지. 나 같은 친구가 최고로 멋지지?

*자몽과 유사함, **감과(柑果)의 열대 열매

＊반얀나무 그루터기에 앉은 꾸오이 아저씨

옛날에 꾸오이라는 나무꾼이 귀한 반얀나무 한 그루를 심었다. 이 반얀나무는 반드시 맑은 우물물로 물을 주어야 한다. 이를 알지 못하는 아내가 꾸오이가 없는 어느 날 나무에 오줌을 싸서 귀한 반얀나무가 뿌리째 뽑혀 하늘로 날아갔다. 그것을 본 꾸오이는 나무 뿌리에 매달려 붙잡았지만 나무를 막지 못했다. 결국 꾸오이는 반얀나무와 함께 달로 날아갔다. 그 이후로 보름날에 달을 올려다보면 나무 밑에 사람이 앉아 있는 고목 모양의 선명한 검은 자국이 보이게 되었다. 어른들은 항상 다음 세대, 특히 아이들에게 많은 이야기를 입으로 전해 주는데, 반얀나무 아래 앉아 있는 꾸오이 이야기도 마찬가지다.

바잉 쭝 투

추석은 베트남에서 일 년 중 세 번째로 큰 명절이다. 베트남 추석의 모습은 보통 아이들의 추석 연등식 및 바잉 쭝 투와 연관되어 있다. 오늘날 베트남 사람들은 8월 보름만 되면 서로에게 줄 다양한 바잉 쭝 투를 사서 조상 제단에 올린 뒤 함께 즐긴다. 바잉 쭝 투는 옛날 사람들이 보름달을 맞이하는 방법으로 사용되었다. 베트남에서 바잉 쭝 투는 쫄깃한 빵(bánh dẻo)과 구운 빵(bánh nướng) 두 가지 종류로 만들어지고, 원형 또는 사각형으로 만들어진다. 빵 껍질은 발효된 밀가루와 설탕, 계란과 술을 넣어 만든다. 빵 속은 녹두, 토란, 연꽃 씨, 두리안, 함압단부터 이것들을 섞어 넣는 것까지 다양하다. 함압단은 짠맛이 있으며 노른자가 노랗고 둥근 것이 보름달의 이미지를 상징한다. 빵 껍질에는 상서로운 의미의 한자 문양이나 연꽃, 꽃잎, 용, 기린, 거북이, 봉황 등의 모양이 새겨져 있다. 원형, 사각형 외에도 전통적인 구운 바잉 쭝 투는 잉어, 용 등의 모양으로 만들곤 한다. 쫄깃한 바잉 쭝 투는 베트남의 정체성을 띠는 바잉 쭝 투의 변형 버전으로 여겨진다. 바잉 재오는 흰 찹쌀가루, 설탕, 향을 내는 포멜로 오일을 섞어 동그란 나무틀에 빚어 만든다. 속은 연꽃 씨나 곱게 간 녹두로 만든다. 일반적으로 바잉 재오는 둥근 모양으로 만들고 바잉 느엉과 비슷한 무늬로 만들어진다.

베트남 풍습에 따르면 추석이 되면 어른들은 추석을 맞이하기 위해 아이들에게 잔칫상을 마련해 주고 아이들이 가지고 놀 겸, 잔칫상을 장식할 겸 등불을 사거나 직접 만든다. 추석 잔칫상에는 바잉 쭝 투, 사탕, 사탕수수, 포멜로, 지브라 종류의 과일과 다른 과일들이 포함된다. 달이 뜨면 아이들은 함께 춤추고 노래 부르고 달을 보면서 잔칫상을 받을 것이다. 아이들은 어른들에게 별 모양 등불, 가면 같은 장난감을 선물받고, 바잉 느엉과 바잉 재오를 먹을 수 있기 때문에 추석을 기다린다. 8월 보름날의 바잉 쭝 투는 많은 부모들이 그들의 자녀에게 주고 싶어 하는 즐거움, 행복이기도 하다. 오늘날 베트남 사람들의 삶의 질은 점점 더 향상되었고, 바잉 쭝 투도 각 소득 계층에 적합하도록 다양한 가격으로 세분화되고 있다.

바잉 쭝 투는 원형으로 만들어져 둥근 보름달을 상징하고 삶의 충만함, 상봉과 번영을 상징한다. 그러므로 서로에게 바잉 쭝 투를 주는 것은 친척이나 친구에게 축복을 전하는 방법이자 추석에 없어서는 안 되는 정신적 선물이다. 많은 아이들에게 바잉 쭝 투는 활기 넘치는 등불 행렬을 보고 추석 잔칫상을 받는 명절에 즐거움을 더해 주는 간식이다. 한편으로 분주한 현대 생활에서 많은 베트남 사람, 특히 고향에서 멀리 떨어져 사는 어른에게 바잉 쭝 투는 '매우 가족적이고 매우 유대감 있는' 무언가임에 틀림없다. 그들은 편안한 추석 밤 동안 사랑하는 사람들과 천천히 차를 음미하고 달달한 바잉 쭝 투 조각을 즐기면서 보름달을 느긋하게 감상하는 것에서 위로를 받고 마음이 따뜻해지며 일상적인 걱정을 잠시 뒤로한다.

| 연습문제 답안 |

Bài 1

1. Tìm từ ngữ thích hợp và điền vào chỗ trống trong những câu sau.

1) Tủ lạnh này có giá cả **vừa phải**.
2) Cái bát này rất hợp để **đựng** kimchi.
3) Phát âm tiếng Việt của anh Kim khá **chuẩn**.
4) Bài dân ca này được **biến tấu** theo phong cách nhạc Rock.
5) Tên gọi của củ cà rốt **bắt nguồn** từ từ vựng tiếng Pháp carotte.
6) Yuna biết rõ mọi đặc điểm địa lí của Hà Nội như người Hà Nội **chính gốc**.
7) Để làm món sinh tố dâu, bạn cần xay **nhuyễn** dâu tươi với một ít sữa tươi.

2. Sử dụng "bảo là + ai + ĐT" viết lại các câu sau bằng tiếng Việt.

1) Mẹ tôi bảo là tôi nên làm bài tập trước.
2) Chủ quán cà phê bảo là khách hàng thanh toán trước rồi nhận đồ uống.
3) Thầy Tuấn bảo là học sinh không sử dụng điện thoại trong giờ học.
4) Dự báo thời tiết bảo là hôm nay mọi người nên đeo khẩu trang vì có nhiều bụi mịn trong không khí.
5) Lớp trưởng bảo là mọi sinh viên trong lớp viết thiệp mừng ngày Nhà giáo cho cô chủ nhiệm.

3. Sử dụng cấu trúc "ĐT + thử xem" để hoàn thành các câu sau.

1) Mũ này đẹp quá, chị đội thử xem.
2) Nhạc Trịnh Công Sơn hay lắm, bạn nghe thử xem.
3) Loại bút bi này tốt lắm, em viết thử xem.
4) Xoài này ngọt quá, anh ăn thử xem.
5) Kem đánh răng kia tốt quá, bác sử dụng thử xem.

4. Sử dụng cấu trúc "trông A có vẻ B" để hoàn thành các câu sau.

1) Trông em ấy có vẻ ích kỉ.
2) Trông ngôi nhà kia có vẻ cũ.
3) Trông bà ấy có vẻ khoẻ mạnh.
4) Trông bộ phim này có vẻ hay.
5) Trông anh ấy có vẻ thông minh.

5. Dựa vào bài hội thoại và bài đọc hiểu, hãy trả lời các câu hỏi sau.

Học sinh tự viết theo ý kiến của bản thân.

Bài 2

1. Tìm từ ngữ thích hợp và điền vào chỗ trống trong những câu sau.

1) Mẹ tôi thích các món ăn **thanh đạm**.
2) Em của tôi **lập tức** đi đến bệnh viện sau khi bị ngã.
3) Gần đây, trứng gà trở nên **khan hiếm** vì dịch cúm gia cầm.
4) Bạn hãy luộc thịt thật chín trong khoảng 30 phút rồi **vớt ra**.
5) Người Hàn Quốc thường ăn Eomuk cho **ấm bụng** vào mùa đông.
6) Kiến trúc này rất **hoà quyện** với khung cảnh thiên nhiên xung quanh.
7) Cô ấy mất 2 tiếng trong nhà sách để chọn được quyển sách **ưng ý**.

2. Sử dụng cấu trúc ngữ pháp số 1 và viết lại các câu sau bằng tiếng Việt.

1) Em có thể lái xe máy được không?
2) Bố tôi có thể đưa tôi đến sân bay được.
3) Em không ngồi đây được.
4) Chị có thể sử dụng đũa được không?
5) Tôi sống ở Việt Nam được 10 năm rồi.
6) Hôm nay mẹ về nhà sớm được không?

7) Tôi không thể mượn xe máy của chị Mai được.
8) Anh trai tôi học tiếng Pháp được 3 năm rồi.
9) Thầy có thể nói chậm được không?
10) Chị ấy làm việc ở ngân hàng được 7 năm rồi.

3. Đổi các câu thể chủ động dưới đây thành câu thể bị động.
1) Anh ấy bị mọi người chê.
2) Chị ấy được chúng tôi ủng hộ.
3) Hôm qua tôi bị đau bụng.
4) Bạn ấy được mọi người giúp đỡ.
5) Em ấy bị nhức răng.

4. Sử dụng cấu trúc "So với A, B + TT hơn" để hoàn thành các câu sau.
1) So với hồ Hoàn Kiếm, Hồ Tây rộng hơn.
2) So với hôm qua, hôm nay nóng hơn.
3) So với chị Mai, chị Lan nhiều tuổi hơn.
4) So với toà nhà này, toà nhà kia hoành tráng hơn.
5) So với tờ báo này, tờ báo kia dễ đọc hơn.

5. Dựa vào bài hội thoại và bài đọc hiểu, hãy trả lời các câu hỏi sau.
Học sinh tự viết theo ý kiến của bản thân.

Bài 3

1. Tìm từ ngữ thích hợp và điền vào chỗ trống trong những câu sau.
1) Nước mắm là **đặc sản** của đảo Phú Quốc.
2) Chị tôi thường hái hoa trong vườn nhà để **ướp** trà.
3) Các nhân viên của phòng kế hoạch làm việc rất **sáng tạo**.
4) Công ti A đã **cải tiến** mẫu điện thoại theo phản hồi của khách hàng.
5) Cả gia đình tôi thường **thưởng thức** nhạc cổ điển tại nhà hát thành phố.
6) Tôi đã **thực hành** lái xe trên đường ở đảo Jeju sau khi có bằng lái xe hơi.
7) Chú cảnh sát **hướng dẫn** cách qua đường an toàn cho các em học sinh mẫu giáo.

2. Sử dụng "xuể" hoặc "nổi" điền vào chỗ trống để hoàn thành các câu sau.
1) Chị ấy khó làm quen. Tôi làm quen không **nổi.**
2) Vấn đề này quá phức tạp, chúng tôi không hiểu **nổi**.
3) Vì trong lớp quá ồn ào, tôi không nghe **nổi** cô giáo nói gì.
4) Bầu trời hôm nay nhiều sao quá, chúng tôi đếm không **xuể**.
5) Hôm nay tôi có rất nhiều việc phải làm, tôi lo là làm không **xuể**.

3. Sử dụng các động từ sau đây để hoàn thành câu với cấu trúc "không thể A vào đâu được".
1) Tôi hết giấy rồi, không thể **viết** vào đâu được.
2) Phòng anh chật quá, không thể **đặt** vào đâu được.
3) Tôi đã đi 2 đôi tất rồi, không thể **đi thêm** vào đâu được.
4) Lí luận của ông ấy chặt chẽ quá, không thể **bắt bẻ** vào đâu được.
5) Tủ sách của tôi nhiều sách quá rồi, không thể **đặt** vào đâu được.

4. Sử dụng "cứ A là B" viết lại các câu sau bằng tiếng Việt.
1) Cứ mùa xuân đến là hoa nở.
2) Cứ xem bóng đá là chúng tôi ăn gà rán và uống bia.
3) Cứ đi du lịch là em tôi mất đồ vật.
4) Cứ đến kì thi là anh ấy bị đau bụng.
5) Cứ ngày mồng 1 tháng 1 năm mới là nhiều người Hàn Quốc ngắm mặt trời mọc.

5. Dựa vào bài hội thoại và bài đọc hiểu, hãy trả lời các câu hỏi sau.
Học sinh tự viết theo ý kiến của bản thân.

Bài 4

1. Tìm từ ngữ thích hợp và điền vào chỗ trống trong những câu sau.
1) Hôm qua cô ấy đã có một giấc mơ rất **khủng khiếp**.
2) Truyện cổ tích được **lưu truyền** qua nhiều thế hệ.
3) Thơ của Yoon Dongju **đậm đà** màu sắc dân tộc.
4) Bút pháp của nhà văn ấy đã trở thành **chuẩn mực** cho các hậu bối.
5) Tôi thích bầu không khí **yên bình** của nhà bà ngoại tôi ở vùng quê.
6) Người Hàn Quốc thường **ăn vặt** bằng món Bungeobbang hoặc Eomuk.

7) Nhà xuất bản đó nổi tiếng về phong cách **biên soạn** chuyên nghiệp và hiện đại.

2. Sử dụng cấu trúc "Cả A lẫn B" để trả lời các câu hỏi sau.

1) Chị ấy đọc cả tiểu thyết lẫn báo.
2) Em ấy học cả buổi sáng lẫn buổi chiều.
3) Người Việt Nam thích cả phở lẫn bún.
4) Cả tiếng Anh lẫn tiếng Nhật đều khó.
5) Không, cả hôm qua lẫn hôm nay đều nóng.

3. Sử dụng cấu trúc "A chứ không (phải là) B" hoặc "A chứ chưa B" để hoàn thành các câu sau.

1) Em học xong từ mới chứ chưa học xong ngữ pháp.
2) Trời nắng đẹp chứ không mưa.
3) Cô Mai là ca sĩ chứ không phải là luật sư.
4) Tôi biết ông ấy chứ chưa gặp lần nào.
5) Anh Tú xem bóng rổ chứ không xem bóng đá.

4. Sử dụng cấu trúc "mãi mà không / chưa" viết lại các câu sau bằng tiếng Việt.

1) Tôi tìm mãi mà không nhớ để chìa khoá ở đâu.
2) Chị ấy muốn mãi mà chưa đi du học Mỹ.
3) Tôi đợi mãi mà chưa nhận được thư của Linh.
4) Tôi đợi mãi mà em tôi không trả lời.
5) Anh ấy tìm mãi mà chưa mua được máy tính mới.

5. Dựa vào bài hội thoại và bài đọc hiểu, hãy trả lời các câu hỏi sau.

Học sinh tự viết theo ý kiến của bản thân.

Bài 5

1. Tìm từ ngữ thích hợp và điền vào chỗ trống trong những câu sau.

1) Cô ấy bồi hồi **lưu luyến** trong ngày tiễn bạn trai đi nhập ngũ.
2) Sau khi nghỉ việc, cô ấy tận hưởng cuộc sống **bình dị** ở Jeju.
3) Ra đa quân đội phát hiện một máy bay lạ đang **di chuyển** vào hải phận.
4) Hương thơm **thoang thoảng** của nhang trầm toả khắp chính điện chùa Hương.
5) Giám đốc **đề xuất** một cuộc họp toàn công ti khẩn cấp vào chiều nay.
6) Bánh mì Việt Nam **thu hút** rất nhiều người trẻ Hàn Quốc tìm mua và thưởng thức.
7) Ngày Tết, đường phố Việt Nam **nhộn nhịp** với cảnh mua sắm hoa Tết, quất, quần áo Tết.

2. Sử dụng cấu trúc "không phải chỉ vì A mà còn vì B" hoàn thành các câu sau.

1) Chị ấy mệt không phải chỉ vì trời nóng mà còn vì làm việc căng thẳng.
2) Anh ấy thi đỗ vào trường này không phải chỉ vì thông minh mà còn vì chăm học.
3) Ngôi nhà này giá cao không phải chỉ vì thiết kế đẹp mà còn vì địa điểm thuận tiện.
4) Ông ấy giàu không phải chỉ vì được thừa kế tài sản mà còn vì biết kinh doanh giỏi.
5) Em Mai buồn không phải chỉ vì đến lớp muộn mà còn vì bị mất điện thoại.

3. Sử dụng cấu trúc "đến mức / đến nỗi" hoàn thành các câu sau.

1) Trời nóng đến mức / đến nỗi tôi không ngủ được.
2) Đường đông đến mức / đến nỗi người nào không di chuyển được.
3) Bài tập này khó đến mức / đến nỗi tôi không hiểu.
4) Gió to mạnh đến mức / đến nỗi nhiều cây bị đổ.
5) Món ăn này cay đến mức / đến nỗi tôi vừa ăn vừa uống nước.

4. Sắp xếp thứ tự từ vựng phù hợp để hoàn thành các câu sau.

1) Con tôi ngày càng cao lên.
2) Trời càng mưa càng lạnh.
3) Công việc của tôi ngày càng phức tạp
4) Chúng tôi càng ngày càng hiểu về Việt Nam nhiều hơn.
5) Anh ấy càng đi Việt Nam nhiều càng hiểu về phong tục Việt Nam.

5. Dựa vào bài hội thoại và bài đọc hiểu, hãy trả lời các câu hỏi sau.

Học sinh tự viết theo ý kiến của bản thân.

Bài 6

1. Tìm từ ngữ thích hợp và điền vào chỗ trống trong những câu sau.

1) Các điệu nhảy K-Pop hiện đang rất **thịnh hành** trên thế giới.
2) Rèm cửa sổ **(bị) rách** nghiêm trọng do cơn bão

hôm qua.

3) Bố **rút** thẻ ngân hàng trong ví để thanh toán bữa trưa.

4) **Quá trình** học một loại nhạc cụ cần rất nhiều thời gian và nỗ lực.

5) Tất cả nhân viên công ti đều **nhất trí** về sự điều động nhân sự lần này.

6) Cô ấy **tiếc nuối** vì đã không đi Vịnh Hạ Long trong thời gian du học tại Việt Nam.

7) Đến trung tâm mua sắm ở Myungdong, mọi người **tha hồ** mua mĩ phẩm và quần áo đẹp.

2. Sử dụng cấu trúc "hết A đến B" viết lại các câu sau.

1) Cô Lan hết đi dự sinh nhật đến đi khiêu vũ.
2) Anh Minh nói chuyện hết bạn này đến bạn khác.
3) Thầy Nam dịch hết bày này đến bài khác.
4) Bà tôi hết đi dạo đến đi mua sắm.
5) Cô ấy hết rửa bát đến dọn phòng mình.

3. Sử dụng cấu trúc "nhỡ A thì B" viết lại các câu sau.

1) Nhỡ chị ấy đến sân bay muộn thì nói với tôi ngay.
2) Nhỡ món này không đủ cho 30 người thì em nói với tôi.
3) Em nhớ mang bằng lái xe để nhỡ bị kiểm tra thì không bị phạt.
4) Nhỡ em bị lạc đường thì nhớ dùng bản đồ.
5) Khi đi du lịch, nhỡ em bị cảm thì dùng thuốc này.

4. Sử dụng cấu trúc "bất cứ A nào ~ cũng B" viết lại các câu sau.

1) Bất cứ nơi nào em Lan cũng đã đến.
2) Bất cứ lúc nào anh ấy cũng lạc quan.
3) Bất cứ bài toán nào nó cũng giải được.
4) Bất cứ người nào cũng phải học và làm việc.
5) Bất cứ người bạn nào của chị ấy cũng tốt.

5. Dựa vào bài hội thoại và bài đọc hiểu, hãy trả lời các câu hỏi sau.

Học sinh tự viết theo ý kiến của bản thân.

Bài 7

1. Tìm từ ngữ thích hợp và điền vào chỗ trống trong những câu sau.

1) Cung Gyeongbok đang được **trùng tu** với quy mô lớn.
2) Giới trẻ ngày nay cho rằng các bài dân ca khá **tẻ nhạt**.
3) Hana **tranh thủ** thời gian di chuyển tàu điện ngầm để nghe sách nói.
4) Mỗi năm có rất nhiều tín đồ Hồi giáo hành hương về **thánh địa** Mecca.
5) Người Hàn Quốc thường **giải nhiệt** vào mùa hè bằng món gà hầm sâm.
6) **Tiêu chí** chọn địa điểm du lịch của gia đình này là sự yên tĩnh và gần gũi thiên nhiên.
7) Ngày nay, mọi người ưa chuộng nhiều phương pháp detox để **thanh lọc** và vệ sinh cơ thể.

2. Sử dụng cấu trúc "A không thể không B" viết lại các câu sau.

1) Muốn đến thư viện không thể không có thẻ thư viên.
2) Muốn đi du học Đức không thể không làm visa sinh viên.
3) Muốn giảm cân không thể không tập thể dục và ăn kiêng.
4) Muốn đến nhà bạn ấy không thể không nhờ tôi dẫn đường.
5) Muốn đi Hàn Quốc vào mùa đông không thể không chuẩn bị quần áo ấm.

3. Sử dụng cấu trúc "không thể A nếu không / thiếu B" viết lại các câu sau.

1) Chung cư này không thể bán chạy nếu thiếu quảng cáo.
2) Chúng tôi không thể sống ở đây nếu thiếu hệ thống giao thông tốt.
3) Tôi không thể vào phòng đọc nếu không có thẻ sinh viên.
4) Kinh tế vùng này không thể phát triển nếu không có sự đầu tư của chính phủ.
5) Nhà máy ô tô ấy không thể sản xuất quy mô lớn nếu không có công nghệ tiên tiến.

4. Sử dụng cấu trúc "hình như A thì phải" viết lại các câu sau bằng tiếng Việt.

1) Hình như anh ấy bị đau bụng thì phải.
2) Hình như máy vi tính này hơi đắt thì phải.

3) Hình như đôi giày này khá rẻ thì phải.
4) Hình như hôm qua trời mưa thì phải.
5) Hình như hôm nay gió thổi mạnh thì phải.

5. Dựa vào bài hội thoại và bài đọc hiểu, hãy trả lời các câu hỏi sau.
Học sinh tự viết theo ý kiến của bản thân.

Bài 8

1. Tìm từ ngữ thích hợp và điền vào chỗ trống trong những câu sau.
1) Mĩ phẩm này đã được **kiểm chứng** an toàn chất lượng.
2) Kĩ thuật gốm sứ Hàn Quốc phát triển **hưng thịnh** từ thời kì Tam Quốc.
3) Các **phượt thủ** thường thích chinh phục các vùng đất ít được biết đến.
4) Ngày xưa, người Hàn Quốc thường tổ chức lễ thượng thọ 60 tuổi rất **hoành tráng**.
5) Cô ấy **vinh dự** được chọn vào danh sách 10 doanh nhân trẻ tiêu biểu của Seoul.
6) Vào dịp lễ tết, người Hàn sẽ làm món **xiên que** ba màu để dâng lên bàn thờ tổ tiên.
7) Mỗi khi đi tàu điện ngầm, bạn sẽ nghe thấy giọng nói rất **quen thuộc** của phát thanh viên.

2. Nối A và B thành câu hoàn chỉnh.
1) Tôi không giữ lời hứa thế là nó nổi giận.
2) Con nói dối với bố mẹ thế là không được.
3) Bạn ấy không học bài thế là bạn ấy không làm bài thi tốt.
4) Hôm qua tôi thức quá khuya thế là sáng này tôi ngủ dậy muộn.
5) Cô ấy đi xe máy nhanh quá thế là bị phạt tiền.

3. Sử dụng cấu trúc "mỗi A một B" viết lại các câu sau.
1) Mỗi người có một sở thích.
2) Mỗi người gặp một khó khăn của mình.
3) Mỗi thí sinh một sáng tạo.
4) Mỗi loài hoa một mùi hương.
5) Mỗi nước một phong tục riêng.

4. Sử dụng cấu trúc "Sở dĩ A là vì B" viết các câu sau.
1) Sở dĩ anh ấy bị ướt là vì không mặc áo mưa.
2) Sở dĩ em Lan không đi chơi với bạn là vì bị đau bụng.
3) Sở dĩ tôi buồn là vì bị thầy giáo phê bình.
4) Sở dĩ chị Hoa vui là vì nhận được học bổng.
5) Sở dĩ tôi bị đau đầu là vì thời tiết thay đổi.

5. Dựa vào bài hội thoại và bài đọc hiểu, hãy trả lời các câu hỏi sau.
Học sinh tự viết theo ý kiến của bản thân.

Bài 9

1. Tìm từ ngữ thích hợp và điền vào chỗ trống trong những câu sau.
1) Đây là công thức pha cà phê **gia truyền** của bố tôi.
2) Anh ấy **nhường** ghế cho một phụ nữ đang mang thai.
3) Mỗi sáng, bác hàng xóm **gánh** bánh mì ra chợ bán.
4) Hoa lưu ly **gắn liền** với thông điệp "Xin đừng quên tôi".
5) Sinh viên **ngỡ ngàng** trước sự thân thiện và trẻ trung của giáo sư.
6) Cứ đến tháng 5 là các vườn hồng tại Hàn Quốc **khoe sắc** rực rỡ.
7) Xóm nhà tôi vừa thành lập tổ chức **tự phát** chuyên giúp đỡ mèo bị bỏ rơi

2. Nối A và B thành câu hoàn chỉnh.
1) Thời tiết thay đổi, chúng tôi đều ốm ngay cả bạn Minh là người khoẻ nhất lớp cũng bị ốm.
2) Nem rán Việt Nam là món ăn khá phổ biến ngay cả các quán cơm bình dân cũng bán nem rán.
3) Ngày hội làng, trẻ em thích xem múa lân ngay cả người lớn cũng thích xem.
4) Học ngoại ngữ không khó lắm, ai cũng có thể học được ngay cả người cao tuổi cũng học được.
5) Ở Việt Nam, người lớn luôn vui vẻ cởi mở với người nước ngoài ngay cả trẻ em cũng vậy.

3. Sử dụng cấu trúc "bao nhiêu (là)" viết lại các câu sau.
1) Tôi có bao nhiêu là việc phải làm.
2) Chúng tôi nộp bao nhiêu là báo cáo về vấn đề ấy.
3) Họ có bao nhiêu kỉ niệm ở thành phố này.

4) Ông ấy uống bao nhiêu là bia mà không say.
5) Cô ấy giải thích bao nhiêu lần nhưng anh ấy không tin.

4. Sử dụng cấu trúc "làm sao (mà) A được" viết lại các câu sau.
1) Chị ấy là ai, làm sao mà tôi biết được.
2) Ngôi nhà này đắt quá, làm sao mà mua được.
3) Tôi mặc áo mưa rồi, làm sao mà ướt được.
4) Em ấy bị điểm kém, làm sao mà vui được.
5) Anh ấy là người khó hiểu, làm sao mà hiểu được.

5. Dựa vào bài hội thoại và bài đọc hiểu, hãy trả lời các câu hỏi sau.
Học sinh tự viết theo ý kiến của bản thân.

Bài 10

1. Tìm từ ngữ thích hợp và điền vào chỗ trống trong những câu sau.
1) Trong tình yêu, màu tím **tượng trưng** cho sự chung thuỷ.
2) Tiêm vắc xin từ nhỏ giúp **phòng ngừa** nhiều bệnh nguy hiểm.
3) Chuseok là dịp để người Hàn **sum vầy** và dành thời gian bên gia đình.
4) Sếp đóng vai trò quan trọng trong việc **gắn kết** các nhân viên cấp dưới.
5) Tôi thích bầu không khí **tĩnh lặng** của khu vườn nhà tôi vào buổi sáng sớm.
6) Tôi và bạn bè thích **quây quần** bên lửa trại mỗi khi đi du lịch về vùng nông thôn.
7) Cứ đến tháng 6 là các em học sinh lớp 12 Viet Nam thường **đắn đo** nhiều khi lựa chọn chuyên ngành đại học.

2. Chọn một trong các từ "ra, đi, lên, lại" thích hợp điền vào chỗ trống.
1) Dạo này trông bác ấy trẻ **ra**.
2) Dạo này tôi ăn nhiều nên béo **lên**.
3) Thời tiết càng ngày càng xấu **đi**.
4) Sau kì nghỉ hè, cô ấy đen **đi** nhiều.
5) Sau khi đọc truyện cười, chị ấy vui **lên**.
6) Anh ấy làm việc vất vả nên tóc bạc **đi**.
7) Dạo này thời tiết ở Seoul ngày càng nóng **lên**.
8) Tình hình thế giới ngày càng phức tạp **đi**.
9) Bà ấy tập thể dục chăm chỉ nên bà ấy khoẻ **ra**.
10) Bức tranh này to quá! Cậu vẽ nhỏ **lại** thì tốt hơn.

3. Nối A và B thành câu hoàn chỉnh.
1) Chị ấy nói thật thế mà mọi người không tin.
2) Ông Nam 75 tuổi thế mà vẫn đi leo núi mỗi tuần.
3) Tôi đã dặn đi dặn lại thế mà cô ấy vẫn quên.
4) Anh Nam đã bắt đầu làm việc thế mà vẫn chưa nhận thẻ nhân viên.
5) Dự báo thời tiết nói hôm nay trời nóng thế mà trời lại mưa.

4. Sử dụng cấu trúc "Ngoài A, ~ còn B" viết lại các câu sau.
1) Ngoài nhạc cổ điển, cô Nga con thích nhạc Jazz.
2) Ngoài tiểu thuyết, em gái tôi còn đọc truyện ngắn nữa.
3) Ngoài văn học Việt Nam, anh Tấn còn nghiên cứu lịch sử Việt Nam.
4) Ngoài món ăn Ý, anh Kim còn có thể nấu món ăn Hàn Quốc.
5) Ngoài thơ, ông Tuấn còn sáng tác kịch nữa.

5. Dựa vào bài hội thoại và bài đọc hiểu, hãy trả lời các câu hỏi sau.
Học sinh tự viết theo ý kiến của bản thân.

Bài 11

1. Tìm từ ngữ thích hợp và điền vào chỗ trống trong những câu sau.
1) Vào mùa hè, **nhu cầu** mua máy lạnh tăng cao.
2) Bà tôi thường chờ đồ ăn **nguội** bớt rồi mới bắt đầu ăn.
3) Phương pháp học mới giúp anh ấy học thuộc từ vựng **hiệu quả**.
4) Chào hỏi là **nghi thức** giao tiếp quan trọng của người Hàn Quốc.
5) Nhân viên **phân tích** thị trường tiềm năng trước khi phát triển sản phẩm mới.
6) Tôi thường tham khảo thông tin internet để **diệt** gián và muỗi trong nhà.
7) **Gõ** chuông tại tháp chuông Bosingak vào lễ giao thừa là sự kiện được tổ chức hàng năm ở Seoul.

2. Sử dụng cấu trúc "Khi A thì B" viết lại các câu sau.

1) Khi cảm thấy mệt thì tôi không muốn ăn gì cả.
2) Khi về với thiên niên thì tôi thấy rất yên bình.
3) Khi biết người yêu cũ đã lấy chồng thì anh ấy tiếc nuối.
4) Khi có chương trình giảm giá thì chị gái tôi mua rất nhiều.
5) Khi đến gia đình Việt Nam thì họ sẽ tiếp bạn như một vị khách quý.

1) Khi tôi đang lái xe thì trời mưa to.
2) Khi tôi về nhà thì mẹ tôi đang nấu phở.
3) Khi ông nội đang xem ti vi thì tôi chơi game.
4) Khi tôi đến thư viện thì bạn tôi đang đọc sách ở đó.
5) Khi tôi gọi điện thoại đến văn phòng thì không ai nghe máy.

3. Sử dụng cấu trúc "A bao nhiêu là / thì B bấy nhiêu" viết lại các câu sau bằng tiếng Việt.

1) Tôi nấu bao nhiều thì ăn bấy nhiêu.
2) Tôi chăm chỉ bao nhiêu thì điểm tôi cao bấy nhiêu.
3) Nhà hàng này ăn bao nhiêu thì trả bấy nhiêu.
4) Anh gọi bao nhiêu thì tôi trả bấy nhiêu.
5) Bà ngoại thương mẹ bao nhiêu thì mẹ (cũng) thương bà ngoại bấy nhiêu.

4. Sử dụng từ vựng có sẵn hoàn thành các câu sau.

1) Núi này **cao đến 1.340m**.
2) Từ đây đến chùa Yên Tử **những 60km**.
3) Con chó này chỉ nặng 3kg, con chó kia **nặng những 5kg**.
4) Hôm qua bạn ấy chỉ câu được 2 con cá, tôi **câu được tận 10 con cá.**
5) Anh Sơn chỉ có 1 bằng đại học, anh Hùng có **những 2 bằng đại học**.

5. Dựa vào bài hội thoại và bài đọc hiểu, hãy trả lời các câu hỏi sau.

Học sinh tự viết theo ý kiến của bản thân.

Bài 12

1. Tìm từ ngữ thích hợp và điền vào chỗ trống trong những câu sau.

1) Có nhiều **giai thoại** thú vị về Bác Hồ và thiếu nhi.
2) Máy in không **hoạt động** do không còn giấy trong khay.
3) Con gái của anh ấy luôn **tò mò** về thế giới xung quanh.
4) **Nhịp sống** sinh hoạt của người dân nông thôn khác nhiều với thành thị.
5) Gần đây, có nhiều khóa học dạy làm thế nào để có cuộc sống **viên mãn**.
6) Các dân tộc ít người ở Tây Bắc có kĩ thuật nhuộm vải **thủ công** độc đáo.
7) Trước đây, chính phủ Hàn Quốc thường tổ chức sự kiện **đoàn tụ** gia đình li tán hai miền Nam-Bắc tại Imjingak.

2. Sử dụng cấu trúc "Giá (mà) A thì B" để hoàn thành các câu sau.

Học sinh tự viết theo ý kiến của bản thân.

3. Sử dụng cấu trúc "đã A lại (còn) B" viết lại các câu sau.

1) Mẹ tôi đã nhanh nhẹn lại khéo léo.
2) Anh ấy đã ích kỉ lại giả dối nữa.
3) Em ấy đã hát hay lại chơi ghi-ta giỏi.
4) Lan đã nói được tiếng Anh lại nói được tiếng Pháp.
5) Mùa đông ở Hà Nội đã lạnh lại ẩm nữa.

4. Dựa vào bài hội thoại và bài đọc hiểu, hãy trả lời các câu hỏi sau.

Học sinh tự viết theo ý kiến của bản thân.